ബ്ലൂ വെയ്ൽ

Blue Veil
Stories

Josi Joseph

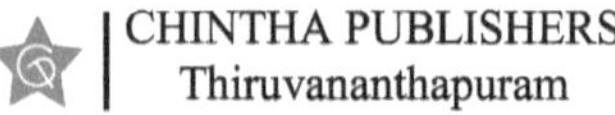 CHINTHA PUBLISHERS
Thiruvananthapuram

First Edition
May 2022

Published
Chintha Publishers, Thiruvananthapuram

Typesetting
Star communications, Thiruvananthapuram

Printed at
Akshara offset, Thiruvananthapuram

Cover Design
Subin Abraham

ISBN : 978-93-93468-08-6

CO - 3056 / 5725

Email: chinthapublishers@gmail.com
Website: www.chinthapublishers.com

A vertion is available at National Libraries
Kolkata, Mumbai, Chennai and Delhi

Distribution
DESHABHIMANI BOOKHOUSE
H O Thiruvananthapuram 695035

Branch
Head Office Kunnukuzhi • Statue Thiruvananthapuram
KSRTC Bus Terminal Thampanoor • Saphalyam Complex Thiruvananthapuram
KSRTC Bus Station Alappuzha • KSRTC Bus Station Ernakulam
Machingal Lane Thrissur • IG Road Kozhikode
Mavoor Road Kozhikode • NGO Union Building Kannur
Central Bus Terminal Complex Thavakkara Kannur

ബ്ലൂ വെയ്ൽ

ജോസി ജോസഫ്

ചിന്ത പബ്ലിഷേഴ്സ്
തിരുവനന്തപുരം-695 035

ജോസി ജോസഫ്

1969 ൽ കണ്ണൂർ ജില്ലയിലെ കണിച്ചാറ്റിൽ ജനനം. ഫിലോ സഫിയിലും ഹിസ്റ്ററിയിലും ബിരുദം, പൊളിറ്റിക്സിൽ ബിരു ദാനന്തരബിരുദം, ജേണലിസത്തിൽ പോസ്റ്റ് ഗ്രാജുവേറ്റ് ഡിപ്ലോമ, കൗൺസലിങ്ങിൽ ഡിപ്ലോമ എന്നിവ നേടിയിട്ടുണ്ട്. 1996 ൽ *ദീപികയിൽ* പത്രപ്രവർത്തനത്തിന് തുടക്കംകുറിച്ചു. ഇടയ്ക്ക് നാലുവർഷം *കേരള കൗമുദിയിലും* ജോലി ചെയ്തു. ഇപ്പോൾ കണ്ണൂർ *ദീപികയിൽ* സീനിയർ സബ് എഡിറ്റർ. സ്റ്റേറ്റ്സ്മാൻ ദേശീയ പത്രപ്രവർത്തന പുരസ്കാരം, കൈരളി അകം കഥാ പുരസ്കാരം, ജൂനിയർ ചേംബർ എക്സലൻസ് പുരസ്കാരം തുടങ്ങിയ അംഗീകാരങ്ങൾ ലഭിച്ചിട്ടുണ്ട്.

കൃതികൾ: *ഐപ്പിന്റെ ലോകം* (കഥകൾ), *ദ് മാർക്കറ്റ്, ഡ്രീമർ* (നോവൽ), *പ്രതിവചന സങ്കീർത്തനം* (നോവൽ– എഡിറ്റർ).

ഭാര്യ	:	ഡോ. ദീപ
മക്കൾ	:	ദിയ, ദ്യുതി
ഫോൺ	:	9446848191

ഉള്ളടക്കം

സമർപ്പണം

അമ്മയ്ക്ക് പകരം ആരുമില്ല. നിലാവിൽ പൊതിഞ്ഞ സ്നേഹം പകർന്ന, എന്നെ ഞാനാക്കിയ എന്റെ പ്രിയപ്പെട്ട അമ്മ ഏലിക്കുട്ടി ജോസഫിന് ഞാൻ ഈ പുസ്തകം സമർപ്പിക്കുന്നു.

പ്രസാധകക്കുറിപ്പ്

നോവലും കഥയും വാർത്താ സമാഹരണവും വിതര ണവും ചേർന്ന് ജോസി ജോസഫിന്റെ മനസ്സിൽ ഒരു പ്രപ ഞ്ചമുളവായിട്ടുണ്ട്. അത് വികാരപ്രപഞ്ചമാണ്. അവിടെ ബുദ്ധിയുടെ മേധാവിത്തമില്ല, ശല്യംചെയ്യുന്ന ഇടപാടുക ളില്ല. ഈ പ്രപഞ്ചത്തിൽ നല്ല വികാരങ്ങളുടെ പ്രതികര ണങ്ങളേയുള്ളൂ.

വ്യത്യസ്തങ്ങളായ 10 കഥകളുടെ സമാഹാരമാണ് ജോസി ജോസഫിന്റെ *ബ്ലൂ വെയ്ൽ*. നൂതനമായ ഒരു അവതരണ ശൈലിയാണ് ജോസിയുടേത്. ഭ്രമകല്പന ഇതൾ വിരി യുന്ന പ്രതിപാദന രീതി ഒറ്റ ഇരുപ്പിൽ പുസ്തകം വായിച്ചു തീർക്കാൻ വായനക്കാരനെ പ്രചോദിപ്പിക്കും.

ചിന്ത പബ്ലിഷേഴ്സ്

ബ്ലൂ വെയ്ൽ

എനിക്കാറ് കൂട്ടുകാർ.

'എനിക്കുമുണ്ടല്ലോ' എന്നാകും ഇതു വായിക്കുന്ന നിമിഷം മിക്കവ രുടെയും മനസ്സിലേക്ക് അനുവാദം കാക്കാതെ കയറിവരുന്ന വാക്കുകൾ. ഇതിത്രമാത്രം പറയാൻ എന്തുണ്ട് എന്ന് ചിലർ ചിന്തിക്കുമായിരിക്കും. ആരോ... വെരി പുവർ... എന്ന് കുറച്ചു കാണുന്നവരുമുണ്ടാകാം. എന്താ യാലും കൂട്ടുകാർ ഇല്ലാത്തവർ കുറയും. പ്രായം കൂടുന്നതിനനുസരിച്ചും ഇടപെടുന്ന മേഖലകൾക്കനുസരിച്ചും സുഹൃത്തുക്കളുടെ എണ്ണം കൂടു കയോ കുറയുകയോ ആവാം.

തല്ക്കാലം വാദപ്രതിവാദങ്ങൾക്കില്ല. കുറേ പറയാനുണ്ട്. അതു കൊണ്ട് കാര്യത്തിലേക്ക് കടക്കാം.

'ചങ്ങാതി നന്നായാൽ കണ്ണാടി വേണ്ട' എന്ന ചൊല്ല് ആദ്യം മലയാളം ക്ലാസിൽ കേട്ട് അതുസംബന്ധിച്ച് ആഴത്തിലേക്ക്, എനിക്കാ വുന്നതുപോലെ ഊളിയിട്ടുകൊണ്ടിരുന്ന കാലം. അന്ന് ഒമ്പതാം തര ത്തിലെ എ ഡിവിഷൻകാരാണ് ഞങ്ങൾ. ആനക്കുട്ടി എന്ന ഇരട്ടപ്പേരു കാരി അന്നക്കുട്ടിയാണ് ക്ലാസ് ടീച്ചർ. ഉറ്റസുഹൃത്തുക്കളായ ഞങ്ങളുടെ ചില ചെയ്തികൾ ഇഷ്ടപ്പെടാത്തതുകൊണ്ടാവണം, ചങ്ങാതികളുടെ കണ്ണാടിക്കാര്യം സാന്ദർഭികമായി അതിവിദഗ്ധമായി എടുത്തിട്ട് അരോ ചകമായവിധം ഊന്നൽനല്കി ഉറപ്പിക്കാൻ ടീച്ചർ ശ്രമിച്ചത്.

ഞങ്ങൾ എന്നു പറഞ്ഞാൽ, ഞാൻ, ദാസൻ, സോമൻ, വിക്രമൻ, എൽദോ, അബ്ദുള്ള. ഞങ്ങൾ ഒറ്റക്കെട്ടായിരുന്നു. ഒമ്പതിലെ ആദ്യ രണ്ടു മൂന്നു മാസത്തിനുള്ളിലാണ് ഈ കൂട്ടുരുണ്ടുതുടങ്ങിയത്. അത് പത്തു കഴിഞ്ഞും ഇന്നീ നിമിഷംവരെ തുടർന്നുവരികയുമാണ്.

ദൃഢമായ ചില സവിശേഷതകൾ ചുരുങ്ങിയ കാലംകൊണ്ട് ഞങ്ങ

ളുടെ കൂട്ടിൽ വന്നുചേർന്നു. സ്കൂളിലും പരമാവധി പുറത്തും ഒന്നിച്ചായി കറക്കം. ചോറുണ്ണാനും ഇന്റർവെല്ലിന് മണിക്കടലവാങ്ങാൻ കടയിൽ പോകാനും മൂത്രമൊഴിക്കാനുംവരെ എല്ലാവർക്കും എല്ലാവരുടേയും കൂട്ട് നിർബ്ബന്ധം. ഏതായാലും 'ആറുബോറന്മാർ' എന്ന വിളിപ്പേർ ഞങ്ങൾക്കു ണ്ടാകാൻ അധികകാലം വേണ്ടിവന്നില്ല.

പൊട്ടാത്ത ഈ കൂട്ടിന്റെ കൂട്ട് എന്തായിരുന്നു എന്ന് എല്ലാവരും, ഞങ്ങൾ പോലും പലപ്പോഴും അതിശയിച്ചിട്ടുണ്ട്. വെളുമ്പനും നാണം കുണുങ്ങിയുമായിരുന്നു ഞാൻ. ദാസൻ (ദാസപ്പൻ) പല്ലുപൊങ്ങി മുഖം വികൃതമായി രണ്ടാമതൊന്ന് നോക്കാൻ ഇഷ്ടമില്ലാത്ത ദുർമ്മുഖൻ. കരി ങ്കമ്പനും കുള്ളനുമാണ് സോമൻ. വിക്രമൻ അവന്റെ അച്ഛനും അമ്മയും അറിഞ്ഞിട്ടതാണത്രേ പേര്. ക്ലാസിലെ മറ്റുള്ളവർ മാത്രമല്ല മാന്യന്മാ രായി അറിയപ്പെടുന്ന ഞങ്ങളുടെ അധ്യാപകരെക്കൊണ്ടുപോലും ഇത് പലകുറി പറയിപ്പിച്ചവനാണ് വിക്രമൻ. ഞങ്ങൾ കൂട്ടാകുന്നതിനുമുമ്പ് ഇന്റർവെൽ സമയത്ത് എന്റെ ഷർട്ടിനുള്ളിലേക്ക് കുഞ്ഞുതവളയെ ഇട്ട വനാണ്. എൽദോക്ക് അവന്റെ അപ്പനെപ്പോലെ തന്നെ ഒത്ത തടിയും പൊക്കവുമുണ്ട്. ഉയർത്തിപ്പിടിച്ച അവന്റെ കൈയിൽ തൂങ്ങി ഞാൻ കിട നിട്ടുണ്ട്. കൂട്ടത്തിൽ വലിയ പണക്കാരനാണ് അബ്ദു എന്ന് ഞങ്ങൾ വിളിക്കുന്ന അബ്ദുള്ള. ഞങ്ങളുടെ നാട്ടിൽ അന്ന് കാറുള്ള ഒരേ ഒരാൾ അബ്ദുള്ളയുടെ ഉപ്പയാണ്. എന്നേക്കാൾ വെളുവെളെ വെളുത്ത് തോട്ടി പോലെ ഉയരമുള്ള അവനാണ് മിക്കവാറും കടല, നാരങ്ങമിഠായി തുട ങ്ങിയവയുടെ സ്പോൺസർ. പഞ്ചപാവമാണ്. മറ്റുള്ളവർക്കൊപ്പം എന്നെ എന്നല്ല ആരേയും കളിയാക്കാൻ പോലും അവനില്ല. ഇങ്ങനെ വ്യത്യസ്ത ധ്രുവങ്ങളിൽ നില്ക്കുന്ന, എത്ര കൂട്ടിയിട്ടും കൂടാൻ സാദ്ധ്യത ഇല്ലാത്ത ഞങ്ങളാണ് ഒറ്റച്ചരടിൽ കെട്ടിയുറച്ചത്.

കൂട്ടുകൂടലിന്റെ തുടക്കത്തിൽ വെളുത്തുരുണ്ട രൂപവും ക്ലാസിലെ ബുദ്ധിജീവി എന്ന സ്ഥാനവുമാണത്രേ എന്നെ ഐവർ സംഘത്തിന്റെ കണ്ണിലുണ്ണിയാക്കിയത്.

ആ ദിവസങ്ങളിലാണ് തിമിംഗലങ്ങളുടെ ജീവശാസ്ത്രം ക്ലാസിൽ പഠന വിഷയമായി വന്നത്. ഉതുപ്പുമംഗലം എന്ന എനിക്ക് അന്നുമുതൽ ഒരു ഓമനപ്പേരു വീണു– വെള്ളത്തിമിംഗലം. വിക്രമനായിരുന്നു എന്നെ പേരു ചൊല്ലി വിളിച്ച് അവരുടെ കൂട്ടത്തിൽ കൂട്ടാൻ ആദ്യം കോപ്പുകൂട്ടി യത്. കളിയാക്കലുകൾ തുടർന്നുകൊണ്ടിരിക്കെ എങ്ങനെയോ ഞാനും അവരിൽ ഒരാളായി മാറി. കുറച്ചുദിവസങ്ങൾക്ക് ശേഷം കരപ്പന്റെ അസ്കിത എന്നെ പിടിച്ചുലച്ചപ്പോൾ പകരാതിരിക്കാൻ അല്പം അകല്ച്ച കാട്ടുന്നതിനൊപ്പം 'ചൊറിയൻ' എന്ന് സ്നേഹത്തോടെ വിളിപ്പേരിടാനും അവർ മറന്നില്ല.

ഞങ്ങളുടെ കൂട്ടങ്ങനെ പിച്ചവച്ച് പച്ചപിടിച്ച് വളർന്നുവരവെ, ഒരു ദിവസം എനിക്ക് അപ്രതീക്ഷിതമായി ഒരു വെല്ലുവിളി ഏറ്റെടുക്കേണ്ടി വന്നു. പെട്ടുപോയതാണ്. അന്നുതുടങ്ങി എന്റെ കഷ്ടകാലം എന്നുവേ

ണമെങ്കിൽ ഇക്കഥ വായിച്ചു കഴിയുമ്പോൾ ചിലർ പറയുമായിരിക്കും. "നാണംകുണുങ്ങി, നീ മിടുക്കനാണെങ്കി ഞങ്ങളു പറയുന്നതു ചെയ്തു കാട്ട്. അങ്ങനെയാണെങ്കി നീ ചങ്കൊറപ്പൊള്ളോനാ എന്നു സമ്മതിക്കാം." വിക്രമനാണ് അവന്റെ വക്രബുദ്ധി എന്റെ നേർക്ക് പ്രയോഗിച്ചത്. പതി വുപോലെ രാവിലെ ഇന്റർവെൽ സമയത്തെ മൂത്രമൊഴിക്കൽ പരിപാടി യിൽ പങ്കെടുത്ത് ഒന്നിച്ചു മടങ്ങവെ, എന്നെ എന്തിനോ കളിയാക്കി ഇല്ലാ താക്കിക്കൊണ്ടിരിക്കെയായിരുന്നു ഈ വെല്ലുവിളി. ഇത്തരം അവസര ങ്ങളിൽ ഞാനല്ല മറ്റാരാണെങ്കിലും വരുംവരായ്കകൾ നോക്കാതെ എന്തും സമ്മതിച്ചുപോകും. മാത്രമല്ല, സംഗതി വലിയ തരക്കേടില്ലാത്ത ഒന്നാണെന്ന് എനിക്ക് തോന്നാതിരുന്നില്ല.

കാര്യം വളരെ സിമ്പിൾ. ബീഡിയോ സിഗരറ്റോ അവന്മാരെ വലി ച്ചുകാണിക്കണം. ഒരു പ്രാവശ്യമാണെങ്കിലും മതി. "ഒരിക്കൽ ഞാനും നല്ല വലിക്കാരനാകും" എന്ന് അപ്പൻ വലിച്ചുതള്ളി മുറ്റത്തിട്ടിരുന്ന സാധു ബീഡിക്കുറ്റികളിൽ നോക്കി നെടുവീർപ്പിട്ട് മനസ്സിൽ പലകുറി പറഞ്ഞാ ഗ്രഹിച്ച ചരിത്രമുണ്ട് എനിക്ക്. പോരാത്തതിന് മുറിക്കുറ്റികളിലൊന്ന് എല്ലാ വരും പള്ളിയിൽ പോയ തക്കത്തിന് എടുത്ത് കത്തിച്ച് വലിച്ച പരിചയ വുമുണ്ട്. പിന്നെന്തിന് പിന്നോട്ടുപോകണം. ചിന്തകൾ റോക്കറ്റു പോലെ മനസ്സിൽ കയറിയിറങ്ങി.

സ്കൂളിനടുത്തുള്ള ഭഗവതിക്കാവിലെ ഉത്സവത്തിന്റേനേക്ക് തീയതി കുറിക്കപ്പെട്ടു. അന്ന് രാത്രി കിഴക്ക് സ്കൂൾ അതിർത്തി മുട്ടിയുള്ള പറ മ്പിലെ മരക്കൂട്ടത്തിനടുത്ത് കൃത്യം പതിനൊന്നിന് എത്തണം. നിശ്ച യിച്ച പ്രകാരം എല്ലാവരും കൃത്യനിഷ്ഠ പാലിച്ചു. ദാസൻ ഒരു കെട്ട് തടിച്ച ബീഡി കരുതിയിരുന്നു. കത്തിച്ചു തന്നത് അബ്ദുള്ളയാണ്. ഇതൊക്കെ എന്ത് എന്ന ഭാവത്തിൽ വാങ്ങി ചുണ്ടിൽ തിരുകി ആഞ്ഞാഞ്ഞ് ഞാൻ വലിച്ചു. പുക നിറഞ്ഞ് എന്റെ ശ്വാസകോശം പൊട്ടും എന്നുവരെ തോന്നിപ്പോയി. എങ്കിലും അതൊന്നും പുറത്തുകാ ണിക്കാതെ നാലഞ്ചുതവണ നിർത്താതെ വലിച്ചു. കടുത്ത ചുമയും കണ്ണു നീരും വന്നു. അതുവരെയുള്ള എന്റെ പ്രകടനവും ധൈര്യവും കണ്ട് കൈയടിച്ചു പ്രോത്സാഹിപ്പിച്ചുകൊണ്ടിരുന്നവർ പെട്ടെന്ന് അതു നിർത്തി. അവന്മാരുടെ കണ്ണുതള്ളി വരുന്നത് ഞാൻ കണ്ടു. തരക്കേടില്ലാത്ത വലി യന്മാരാണ് അബ്ദുള്ള ഒഴിച്ചുള്ള എല്ലാവരും എന്ന് ഞാൻ മുന്നേ മനസ്സി ലാക്കിയിട്ടുണ്ട്. അടുത്തുചെന്നാൽ എല്ലാവന്മാർക്കും ബീഡിയുടെ ഒരു അലുക്കുലുത്തു മണവുമുണ്ട്.

"ടാ പൊട്ടാ, നിർത്തി നിർത്തി വലി, ശ്വാസം മുട്ടി ചത്തുപോകും" തൊമ്മൻ എന്നെ തടഞ്ഞ് മതി എന്ന് വിലക്കി. എന്നെ സമ്മതിച്ചു തന്നി രിക്കുന്നതായി എല്ലാവരും പിറ്റേന്ന് പുകഴ്ത്തി. അത് എനിക്കു നല്കിയ ഉന്മേഷവും ആത്മവിശ്വാസവും ചില്ലറയല്ലായിരുന്നു. അങ്ങനെ ചില ഇന്റർവെൽ സമയങ്ങളിൽ പുക മൂക്കിലൂടെ വലിച്ചുവിടുന്നതടക്കമുള്ള വിദ്യകൾ ഞാൻ അവരിൽനിന്ന് പലപ്പോഴായി അഭ്യസിക്കുകയും അപ്പന്റെ

മേശവലിപ്പിൽനിന്ന് ചില്ലറകൾ അടിച്ചുമാറ്റി ചിലപ്പോളെങ്കിലും ബീഡി യുടെ സ്പോൺസറാകുകയും ചെയ്തു. മാത്രമല്ല, വീട്ടുകാർ ഇല്ലാത്ത അവസരങ്ങളിൽ ആരും കാണാതെ പുക എടുക്കാൻ കിട്ടിയിരുന്ന അവ സരങ്ങൾ ഉപയോഗപ്പെടുത്താനുള്ള ചങ്കൂറ്റവും എനിക്കുണ്ടായി.

ദിവസങ്ങൾ കടന്നുപോയി. ക്രിസ്മസ് പരീക്ഷ അടുത്തു. ഞങ്ങ ളുടെ ബന്ധം ഒന്നുകൂടി ദൃഢമായി. അവന്മാരുടെ കളിയാക്കലുകൾ കുറഞ്ഞു. എങ്കിലും എനിക്ക് എന്തൊക്കെയോ കുറവുണ്ടെന്നായിരുന്നു അവരുടെ കണ്ടെത്തൽ. എനിക്കും അത് തോന്നിയിട്ടുണ്ട്. തരക്കേടില്ലാതെ പഠിക്കുമെങ്കിലും അദ്ധ്യാപകരെ കണ്ടാൽ പേടിച്ച് വിറയ്ക്കും. ചോദ്യം ചോദിച്ചാൽ ഉത്തരം അറിയാമെങ്കിലും വിക്കി വിറച്ച് വിയർക്കും.

"ഉതുപ്പേ, ഉത്തരമൊക്കെ അറിയാമല്ലോ, പിന്നെന്തിനാ പേടി ക്കുന്നെ?"

ഒരിക്കൽ അന്നക്കുട്ടി ടീച്ചർ ചോദിച്ച് സമാധാനപ്പെടുത്തുകയും ഉപ ദേശിക്കുകയും വരെ ഉണ്ടായി. എന്നിട്ടും എന്റെ പേടി മാറിയില്ല. പെൺകു ട്ടികൾക്ക് ഞാൻ മുഖം കൊടുക്കാറില്ലെന്നായിരുന്നു അവരുടെ മറ്റൊരു പരാതി. ആഗ്രഹമുണ്ടെങ്കിലും എന്തുകൊണ്ടോ എനിക്കതിന് കഴിഞ്ഞി രുന്നില്ല. കുറവുകളിൽ ഒന്ന് പരിഹരിക്കാനാണത്രേ, അധികം താമസി യാതെ ഒരവസരം അവർ ഉണ്ടാക്കിത്തന്നു.

"നീ ആണാണെങ്കിൽ ശോശാമ്മയെ ഒന്ന് സൈറ്റടിച്ച് കാണിക്ക്" തരക്കേടില്ലാത്ത വലിക്കാരനായ തൊമ്മൻ അവരുടെ വക്താവായി.

ഞങ്ങളുടെ ക്ലാസിലെ ഐശ്വര്യാറായി ആണ് ശോശാമ്മ. പഠന ത്തിൽ വട്ടപ്പൂജ്യമാണെങ്കിലും അവളുടെ ശരീരവടിവും നീണ്ട മൂക്കും വട്ടമുഖവും നിതംബംമുട്ടിയുള്ള മുടിയും ആരെയും ആകർഷിച്ചുപോകും. എങ്ങോട്ടു പോയാലും അവളുടെ മേൽ നിരവധി കണ്ണുകൾ ഉണ്ടാകാ റുണ്ട്. അതിന് ഞാൻ സാക്ഷി.

അന്ന് വെള്ളിയാഴ്ചയായിരുന്നു. എന്തിനാണ് ആ ദിവസവും ഉച്ചക ഴിഞ്ഞ സമയവും അവർ തെരഞ്ഞെടുത്തത് എന്ന് എനിക്ക് മനസ്സിലാ യില്ല. പിന്നെ ചിലതൊക്കെ ഞാൻതന്നെ ഗണിച്ചെടുത്തു. വെള്ളിയാഴ്ച ഉച്ചകഴിഞ്ഞാകുമ്പോൾ ലാസ്റ്റ് പീര്യഡ് ഡ്രിൽ ആണ്. ടീച്ചർ വരില്ല. ഗ്രൗണ്ടിൽ ആരോടും സംസാരിക്കാം. കളിക്കാം. കളിക്കാതിരിക്കാം. ഗ്രൗണ്ടിനോട് ചേർന്ന് സ്കൂൾ അതിരുപോലെ നീളത്തിൽ പണിതിരി ക്കുന്ന വാട്ടർടാങ്കിന്റെ പിന്നോട്ടുമാറിയാൽ ഒന്നോ രണ്ടോ വരെ സാധി ക്കാം. എന്തു തോന്ന്യാസം കാണിച്ചാലും ആരും അറിയില്ല. വാട്ടർ ടാങ്കിന് പുറകിലോട്ട് വലിയ കശുമാവിൻ തോട്ടമാണ്. ഒരു കുഞ്ഞും അങ്ങോട്ട് വരില്ല. അതുകൊണ്ടുതന്നെ അവിടെ പല കേളികളിലും മുഴുകിയിട്ടുള്ള പൂർവ്വികർ ഉണ്ടായിരുന്നെന്ന കാര്യം കൈമാറി വരുന്ന അറിവാണ്. ഓരോ വർഷവും അതിലേക്ക് എന്തെങ്കിലുമൊക്കെ കൂട്ടിച്ചേർക്കപ്പെടാറുമുണ്ട്. അതിൽ ഒന്ന് ഇതുപോലെ ഒരു വെള്ളിയാഴ്ച ടാങ്കിനു മറഞ്ഞുനിന്ന് ചില കുസൃതികൾ ഒപ്പിച്ചുകൊണ്ടിരുന്ന തൊമ്മനെയും ഒന്നാം ബഞ്ചു

കാരി മിനിയേയും ആരോ ഒറ്റിയതും അവർ പിടിക്കപ്പെട്ടതുമാണ്. നാറ്റക്കേസായതിനാൽ സംഗതി കർശനമായ താക്കീതിൽ ഒതുക്കി ത്തീർക്കാൻ മാന്യനായ ഹെഡ്മാസ്റ്ററാണ് മുൻകൈയെടുത്തത്.

ഏതായാലും വെല്ലുവിളി ഞാൻ ഏറ്റെടുത്തു. ഞാൻ ആണാണെന്ന കാര്യത്തിൽ എനിക്ക് തെല്ലും സംശയം ഉണ്ടായിരുന്നില്ല. കൗമാരത്തിന്റെ കലാപരിപാടികൾ വലിയ കുഴപ്പമില്ലാതെ ആരുടേയും ശിക്ഷണമോ മാർഗ്ഗനിർദ്ദേശമോ ഇല്ലാതെ തന്നെ ആരംഭിച്ചു തുടങ്ങിയ കാലമായിരുന്നു അത്. പല കുഞ്ഞുസുന്ദരിമാരേയും കണ്ണിറുക്കി കാണിക്കണം എന്ന ആഗ്രഹം ഉള്ളിന്റെ ഉള്ളിൽ വെമ്പിനിന്ന കാലം.

അവന്മാർക്കാർക്കും എന്റെ ആണത്ത ശുദ്ധിയിൽ കളങ്കമുണ്ട് എന്ന് തോന്നാൻ വഴിയില്ല. കാരണം ഞങ്ങളൊരുമിച്ച് ക്ലാസ് കട്ട് ചെയ്ത് മൂന്നു കിലോമീറ്റർ അകലെയുള്ള പുഴയിൽ കുളിക്കാൻ നിരവധി തവണ പോയി ട്ടുണ്ട്. കുളി എന്നുപറഞ്ഞാൽ നൂൽബന്ധമില്ലാത്തത്. അതൊരു സുഖ മാണ്. അല്ലെങ്കിൽ തന്നെ കൂട്ടുകുളിക്ക് എന്ത് നാണവും മാനവും.

ഏഴാമത്തെ പീരീഡ് എത്തി. ഞങ്ങൾ 24 ആണുങ്ങളും 18 പെണ്ണു ങ്ങളും ഗ്രൗണ്ടിലെത്തി. അധികമാരും കാണാതെ വേണം സംഗതി നട പ്പാക്കാൻ എന്ന് ഞങ്ങളുടെ സംഘത്തലവൻ മുന്നറിയിപ്പു നല്കിയിരു ന്നു. പക്ഷേ, പീരീഡ് തീരാറായിട്ടും എനിക്ക് അവസരം ഒത്തുകിട്ടിയില്ല. ഒടുക്കം ഗ്രൗണ്ടിൽനിന്ന് ക്ലാസിലേക്കുള്ള ഇടുങ്ങിയ വഴിയിൽ പ്രവേശി ക്കുന്നിടത്ത് ഞാൻ കാത്തുനിന്നു. കൂട്ടത്തിൽ ഏറ്റവും പൊക്കക്കാരിയാ യതിനാൽ പിന്നിലായേ അവൾ വരൂ എന്ന് എനിക്കറിയാം. അതുകൊണ്ട് സംഗതി അവിടെ വച്ച് സാധിക്കാൻ ബുദ്ധിമുട്ടുണ്ടാകില്ല എന്ന് ഞാൻ കണക്കുകൂട്ടി. അവൾ അടുത്തുവന്നതും ധൈര്യം സംഭരിച്ച് വിറയലോടെ അവൾമാത്രം കാണുന്നു എന്ന് ഉറപ്പാക്കി ആഞ്ഞ് ഇടംകണ്ണിറുക്കി.

അവളുടെ പ്രതികരണം കണ്ടപ്പോൾ ഹൃദയം ഒരു സെക്കന്റ് നിന്നു പോയോ എന്നു അതിശയിച്ചു. ആ കൃത്യം ഏറ്റെടുക്കാൻ എന്നെ പ്രലോ ഭിപ്പിക്കുകയും നിർബ്ബന്ധിക്കുകയും ചെയ്ത എന്റെ സുഹൃത്തുക്കളെ ഞാൻ മനസ്സാ നന്ദിയോടെ സ്മരിച്ചു. അത്രയ്ക്കും ഹൃദ്യമായിരുന്നു ആ പുഞ്ചിരി. ജീവിതത്തിൽ ആദ്യം ലഭിച്ച ഏറ്റവും വലിയ അംഗീകാരം. അവന്മാരെല്ലാം തൊട്ടടുത്തുള്ള ഒമ്പതു ബീയുടെ ജനലിലൂടെ ഇതെല്ലാം കാണുന്നുണ്ടായിരുന്നു.

തിങ്കളാഴ്ച നല്ല ദിവസമാണത്രേ! നല്ല കാര്യങ്ങൾ തുടങ്ങാനും അവ സാനിപ്പിക്കാനുമൊക്കെ പറ്റിയ ദിവസം. ഈ പൊതുചിന്ത എത്രമാത്രം വിശ്വസനീയമാണെന്ന് എനിക്ക് അത്ര ധാരണ പോരാ. പക്ഷേ, ദാസ പ്പനും കൂട്ടത്തിനും സംഗതി നല്ല ഉറപ്പാണ്. അതുകൊണ്ടാണത്രേ അവർ എന്നെ കുറച്ചുകൂടെ ബോൾഡാക്കാൻ പുതിയ ഒരു തരികിടപ്പരിപാടി യുടെ ആശയവുമായി ഒരു തിങ്കളാഴ്ച എത്തിയത്. അവരെ സംബന്ധിച്ച് ആ തിങ്കളാഴ്ചയും നല്ല ദിവസമായി. ജനുവരി ആദ്യ തിങ്കളാഴ്ചയായി രുന്നു അത്. അതേവരെ ഒരു സ്ത്രീയുടെ വിരൽത്തുമ്പിൽപ്പോലും

അശുദ്ധ വിചാരത്തോടെ തൊട്ടിട്ടില്ലാത്ത ഞാൻ ഏതെങ്കിലും ഒരു പെണ്ണിന്റെ ചന്തിക്കു പിടിക്കണമത്രേ.

രണ്ടുമൂന്നാഴ്ച കഴിഞ്ഞുള്ള യുവജനോത്സവ തിങ്കൾ തിരക്കിലേക്ക് സംഗതി ഉറപ്പിച്ചു.

അങ്ങനെ ആ ദിവസം വന്നെത്തി. ഞാൻ മുമ്പിലും എല്ലാം കാണാൻ പാകത്തിന് അവന്മാർ പിന്നിലും ഇരുവശത്തുമായി ഇടിച്ചുതള്ളി നടന്നു നീങ്ങി. ഇടയ്ക്ക് ഒന്നുമറിയാത്തവനെപ്പോലെ എന്റെ കൈകൾ പണിപ റ്റിച്ചു. അക്കാര്യത്തിൽ തിങ്കളാഴ്ച നല്ലതായി. പക്ഷേ, അവളുടെ രൂക്ഷ മായ നോട്ടം ഇന്നും എന്റെ മനസ്സിലുണ്ട്. അതിനുശേഷം കരണപുക ച്ചുള്ള അടിയും മേടിച്ചുള്ള ഓട്ടത്തിനിടയ്ക്ക് ഞാൻ മനസ്സിൽ ഒന്നുറ പ്പിച്ചു, ഇത്തരം കാര്യങ്ങൾ ചെയ്യാൻ ഒറ്റദിവസവും നല്ലതല്ല.

മാസങ്ങൾ കടന്നുപോയി. പത്തിന്റെ തുടക്കം. ദാസൻ കൊണ്ടുവന്ന പുസ്തകത്തിലെ അത്ഭുതം കാണാൻ ഞാൻ വളരെ അക്ഷമയോടെ കാത്തിരുന്നിട്ടും എനിക്കു മാത്രം അവർ അത് നിഷേധിച്ചതിൽ വളരെ സങ്കടം തോന്നി. രണ്ട് ഇന്റർവെൽ സമയങ്ങളിൽ മൂത്രമൊഴിക്കാനോ വെള്ളം കുടിക്കാനോ പോകാതെ അവരുടെ വിളിക്കായി കാത്തു. ചുറ്റി പറ്റി നിന്നു. പക്ഷേ, അവർ കനിഞ്ഞില്ലെന്നു മാത്രമല്ല പിൻബഞ്ചിൽ വട്ടം കൂടിയിരുന്ന് പുസ്തകം നോക്കിയിരുന്ന് ചിരിച്ചും കമന്റുകൾ പറഞ്ഞും ഒപ്പം മനഃപൂർവ്വം എന്റെ കാഴ്ച മറയ്ക്കുകയും ചെയ്തു.

ഉച്ചയ്ക്ക് ഊണു കഴിഞ്ഞുള്ള സമയം അവർ വീണ്ടും കലാപരി പാടി തുടങ്ങി. എനിക്ക് പിടിച്ചു നില്ക്കാനായില്ല. ഞാൻ അവർക്കിടയി ലേക്ക് ഇടിച്ചുകയറി. പക്ഷേ, കാഴ്ചയുടെ പുസ്തകം അടയ്ക്കപ്പെട്ടു. അത് ദാസന്റെ കാലുകൾക്കിടയിലേക്കുപോയി. "എന്നാടാ നിനക്ക് കാണണോ, അതിനുള്ള പ്രായമായില്ല മോനേ. പിന്നെ നീ ഞങ്ങളുടെ കൂട്ടുകാരനല്ലേ, അത്രയ്ക്ക് നിർബ്ബന്ധമാണെങ്കിൽ കണ്ടോ." ഒടുവിൽ ദാസൻ പറഞ്ഞു. ഞാൻ മുണ്ടിനടിയിൽനിന്ന് പുസ്തകം പൊങ്ങി വരു ന്നത് നോക്കിയിരുന്നു. പെട്ടെന്ന് മുണ്ട് മാറ്റപ്പെട്ടു. ഉദ്ധരിച്ചു നില്ക്കുന്ന ദാസനെകണ്ട് ഞാൻ നാണിച്ചു കണ്ണടച്ച് പിന്നോട്ടാഞ്ഞു.

അത് എല്ലാവരും ശരിക്കും ചിരിച്ചാഘോഷിച്ചു. തൊമ്മന് പക്ഷേ, കനിവുതോന്നി. എനിക്കുവേണ്ടി പുസ്തകത്തിന്റെ ഉടമയായ ദാസനോട് കെഞ്ചി. "ടാ ഒന്നുമല്ലെങ്കിലും നമ്മുടെ വെള്ളയല്ലേ, ഒന്നു കാണിച്ചുകള." അവൻ ദാസനെ നിർബ്ബന്ധിച്ചു. "എന്നാ ഒരു കണ്ടീഷൻ, നീ ഇത്തര ത്തിൽ രണ്ടെണ്ണം സംഘടിപ്പിച്ചു ധൈര്യശാലിയാണെന്നു തെളിയിക്ക ണം, പറ്റോ?" ദാസൻ ചോദിച്ചു. കഴിവുതെളിയിക്കാനുള്ള ആ അവസ രവും ഞാൻ ഏറ്റെടുത്തു. അങ്ങനെ ആകാംക്ഷയുടെ പുസ്തകം എനിക്കു മുന്നിൽ തുറക്കപ്പെട്ടു. നഗ്നമായ ആ കാഴ്ചകൾ എന്നെ കീഴട ക്കിക്കളഞ്ഞു. ഡെസ്കിനടിയിൽ വച്ച് പിന്നെയും പിന്നെയും ഞാൻ അവ മറിച്ചും തിരിച്ചും കണ്ട് ആസ്വദിച്ചു. അതിലെ ഓരോ ചിത്രവും കഥ കളും മനസ്സിന്റെ കോണുകളിൽ സ്വകാര്യസ്വത്തായി ഒളിപ്പിച്ചു. രണ്ടു

ദിവസത്തിനുള്ളിൽ ഞാൻ വാക്കുപാലിച്ചു.

എല്ലാ കാര്യത്തിലുമെന്നപോലെ ഒന്നു രണ്ടു മാസങ്ങൾക്കുശേഷം ദാസൻ വീണ്ടും സ്കോർ ചെയ്തു. ഒരു മൊബൈൽ ഫോണായിരുന്നു അന്ന് അവന്റെ കൈയിൽ ഉണ്ടായിരുന്നത്. ഗൾഫിലുള്ള അമ്മാവൻ നല്കിയതാണത്രേ. കണക്ഷൻ കിട്ടാൻ വളരെ താമസമുള്ളതുകൊണ്ട് വിളിക്കാൻ പറ്റില്ല. പക്ഷേ, മറ്റു സംഗതികളെല്ലാം അവനു മനഃപാഠമാ യിരുന്നു. ഒരു കഥ കേൾക്കുന്നതുപോലെ ഞങ്ങൾ കൂട്ടുകാരടക്കം ക്ലാസിലെ ആൺകുട്ടികൾ 24 പേരും അക്ഷമരായി അവനെ കേട്ടിരുന്നു. ഇന്റർവെൽ സമയത്ത് മൂത്രപ്പുരയ്ക്ക് പുറകിൽ ആരും കാണാതെ നടന്ന ആ സമ്മേളനത്തിനു ശേഷം ഞങ്ങൾ സുഹൃത്തുക്കൾക്കുമാത്രമായി അവൻ ഫോണിൽ ചിലതു കാണിച്ചുതന്നു. അതിൽക്കണ്ട നഗ്നമേനി കൾ ചലിച്ചുകൊണ്ടിരുന്നു. അതിശയപ്പെരുമഴ പെയ്യിച്ച് രോമാഞ്ചമണി യിച്ച് അവ എന്നെ തരിപ്പിച്ചു നിർത്തി. തുടർന്ന് പതിവുപോലെ എനിക്കു നേരെ അവർ 'ചുണക്കുട്ടൻ' പ്രയോഗവും നടത്തി. സംഗതി ഒപ്പിച്ചെടു ക്കാനുള്ള നഗരത്തിലെ കടയുടെ കാര്യവും ദാസൻ എനിക്കു പറഞ്ഞു തരാൻ മറന്നില്ല.

കൊച്ചുപുസ്തകം തെരഞ്ഞു കണ്ടുപിടിക്കുകയായിരുന്നു ടൗണി ലെത്തിയാൽ എന്റെ പ്രധാന ഹോബി. ബനിയനുള്ളിൽ വച്ച് ആരും കാണാതെ വീട്ടിലെ മറച്ചുകെട്ടിയ കക്കൂസിൽ കയറി വായിച്ചും കണ്ടും രസിക്കും. മുഷ്ടിമൈഥുനങ്ങൾ അകമ്പടി സേവിക്കും. അങ്ങനെ കുറ ച്ചുനാൾ അടിച്ചുപൊളിച്ചു. വായിച്ചറിഞ്ഞതും ദാസൻ പറഞ്ഞതുമായ കഥകളിലെയെല്ലാം നായകന്മാരെ ഞാൻ കടത്തിവെട്ടുന്നുണ്ടോ എന്നു പോലും സംശയമുണ്ടായ കാലമായിരുന്നു അത്. ആ സമയത്താണ് പുതിയ വെല്ലുവിളി ഏറ്റെടുക്കേണ്ടിവന്നത്.

വീഡിയോ ചലഞ്ചിൽ വിജയക്കൊടി പാറിച്ച എന്റെ യാത്ര അങ്ങനെ കുമ്മട്ടികളിൽനിന്ന് വീഡിയോക്കടകളിലേക്കായി. ചില ദിവസങ്ങളിൽ ഉച്ചയ്ക്ക് സ്കൂൾ വിട്ടാൽ ടൗണിൽനിന്ന് നഗരത്തിലേക്ക് ആദ്യം കിട്ടുന്ന ബസിൽ ഒറ്റപ്പോക്കാണ്. ചോറുണ്ണാൻ വീട്ടിലേക്കെന്ന് അവന്മാരോട് കള്ളം പറയും. വീട് നഗരത്തിലേക്കുള്ള വഴിയിലായതിനാൽ അവർ അത് വിശ്വസിച്ചു. ദിവസങ്ങൾ അങ്ങനെ ആഘോഷമായി കടന്നുപോയതറി ഞ്ഞില്ല. അതിനിടെ എങ്ങനെയോ പത്തിന്റെ കവാടം കഷ്ടി കടന്നു.

റിസൽട്ടറിയുന്ന അന്ന് കൂടണമെന്ന് അവസാനത്തെ പരീക്ഷയുടെ അന്ന് തീരുമാനിച്ചതാണ്. ഒരു സിനിമയായിരുന്നു പ്ലാൻ. പക്ഷേ, തൊമ്മനെ കണ്ടില്ല. അവൻ അപ്പനോടൊപ്പം കുടകിൽ ഇഞ്ചിപ്പണിക്ക് പോയി പോലും. പിന്നെ തിരിച്ചുവന്നില്ല. അവിടെ അടുത്തുള്ള ഒരു കേരള സ്കൂളിൽ ചേർന്നത്രേ. ഞങ്ങൾ അഞ്ചുപേർ തീരുമാനിച്ചിരുന്നതുപോലെ തന്നെ എത്തി. സ്കൂൾ കശുമാവിൻതോട്ടത്തിൽ ചുടൻ രംഗങ്ങൾ എന്റെ മൊബൈലിൽ കണ്ടുരസിച്ചു. മേമ്പൊടിക്ക് സാധു ബീഡിയും ഉണ്ടായി രുന്നു. അങ്ങനെ ഞാനായി അവരുടെ ഹീറോ. 'നീല' എന്ന പുതിയ

പേര് അന്നാണ് എനിക്കു വീണത്.

പത്തിൽ തോറ്റ ദാസൻ പട്ടണത്തിലേക്ക് മാറി. അച്ഛന്റെ മീൻ ബിസിനസിൽ സഹായിക്കുന്നതിനൊപ്പം ട്യൂട്ടോറിയലിൽ പഠനം തുടർന്നു. വീണ്ടും തോറ്റെങ്കിലും അവൻ ഒന്നാംതരം മീൻ മുതലാളിയും അഞ്ചാറു കാറുകളുടെ ഉടമയുമായി. സോമന്റെ അച്ഛൻ ട്രാൻസ്ഫറായി ചെന്നൈക്ക് പോയി. അവിടെയായിരുന്നു അവന്റെ തുടർ പഠനം. അവൻ തമിഴ്നാട് പോക്കുവരവത്തു കഴകത്തിൽ ഉദ്യോഗസ്ഥനാണിപ്പോൾ. വിക്രമൻ വില്ലത്തരങ്ങളും സിനിമാമോഹവുമായി കോടമ്പാക്കത്തേക്ക് കടന്നു. പത്തുകഴിഞ്ഞ ഉടനെ സിനിമാഫീൽഡിലെ ക്യാമറാമാനായ അമ്മാവനാണ് അവനെ കൊണ്ടുപോയത്. പിന്നീട് തരക്കേടില്ലാത്ത നടനായി. എൽദോ പള്ളീലച്ചൻ പട്ടത്തിന് പോയി എന്നു കേട്ടു. കല്യാണം കഴിക്കുന്ന പാതിരിയായി. രണ്ടുപിള്ളേരുടെ അച്ഛനായി കഴിഞ്ഞാണ് കഴിഞ്ഞവർഷം അവന്റെ കത്ത് എന്നെ തേടി വരുന്നത്. അബ്ദുള്ള ഗൾഫിനുപോയി. അവിടെ പഠിച്ചോ ഇല്ലയോ എന്നൊന്നും ഞാൻ ഇതേവരെ ചോദിച്ചിട്ടില്ല. ഏതായാലും വമ്പൻ കോടീശ്വരനാണ് അവനിപ്പോൾ.

എന്റേതാണല്ലോ പ്രധാന കഥ. ഞാൻ പ്ലസ്ടുവും (കമ്പ്യൂട്ടർ മെയിനുമെടുത്ത്) പാസായി നില്ക്കുമ്പോഴാണ് കൊല്ക്കത്തയിൽ കമ്പ്യൂട്ടർ കമ്പനി ആളെ വിളിച്ചിരിക്കുന്ന പത്രപ്പരസ്യം കാണുന്നത്. അത് കിട്ടി. അങ്ങോട്ടു പോയി. പ്ലസ്ടുകാലത്ത് കണ്ടുതീർക്കാനുണ്ടായിരുന്ന അപൂർവ്വം ചില വീഡിയോകളും ചിത്രങ്ങളും പുതുതായി എത്തിയവയും തുടർന്ന് രണ്ടുവർഷം ആസ്വദിച്ചു. ഇടയ്ക്ക് ചുവന്നതെരുവിൽ കയറിയിറങ്ങി. അല്ലാതെ കിട്ടിയ (ഉണ്ടാക്കിയെടുത്ത) അവസരങ്ങളും പരമാവധി മുതലാക്കി. പിന്നെ മടുത്തു. എല്ലാത്തിനോടും ഒരു താല്പര്യക്കുറവായി. വർഷങ്ങൾ കടന്നുപോയി. എൽദോ ഒഴിച്ചുള്ള എല്ലാവരുടേയും കല്യാണത്തിന് ഞങ്ങൾ കൂടി. ഏറ്റവും ഒടുവിൽ വിക്രമന്റേതും ഞങ്ങൾ അടിച്ചുപൊളിച്ചു. എട്ടുമാസം മുമ്പായിരുന്നു അത്.

ഇതിനിടെ ഇന്റർനെറ്റിലെ പുതിയ പരീക്ഷണങ്ങൾ എന്നെ കൊണ്ടെത്തിച്ചത് കമ്പനിയുടെ പ്രോഗ്രാം ഹെഡ് സ്ഥാനത്താണ്. എല്ലാം മറന്ന് ജോലിത്തിരക്കിൽമാത്രം ആനന്ദം കണ്ടെത്തിയ സമയം.

ഞങ്ങളുടെ കൂട്ടിലെ ഏറ്റവും വലിയ മുറിവായി തൊമ്മന്റെ മരണം. കൂട്ടത്തിൽ കുറച്ചേറെ സ്നേഹം അവനായിരുന്നു. മെഡിക്കൽ റെപ്പായി ബാംഗ്ലൂരുവിൽ ഭാര്യ മേരിയോടും അഞ്ചുമാസക്കാരിയായ മരിയയോടുമൊപ്പം വാടകവീട്ടിലായിരുന്നു താമസം. എന്നെ മിക്കവാറും വിളിച്ച് സുഖവിവരങ്ങൾ അന്വേഷിച്ചിരുന്നു. അങ്ങോട്ട് ചെല്ലാൻ അപ്പോഴൊക്കെ നിർബ്ബന്ധിക്കുകയും ചെയ്തിരുന്നു. സംഭവം കഴിഞ്ഞിട്ടിപ്പോൾ ആറു മാസം. മരണമെത്താൻ പോലും ഒരു കാരണം വേണമല്ലോ. മഞ്ഞപ്പിത്തമെത്തി മൂർച്ഛിച്ചത് അവൻ അറിഞ്ഞില്ല. ഞങ്ങൾ ഒരുമിച്ചാണ് അവന്റെ സംസ്കാരത്തിന് പോയത്. മാസം ഒരു തുക വിവാഹപ്രായമാകുന്നതുവരെ മരിയയ്ക്ക് ലഭിക്കാൻ എല്ലാവരുടേയും അക്കൗണ്ടുകളിൽ സംവി

ധാനമുണ്ടാക്കാൻ തീരുമാനിച്ചാണ് അന്ന് ഞങ്ങൾ പിരിഞ്ഞത്.

അന്നൊരു വെള്ളിയാഴ്ചയായിരുന്നു. കുളി കഴിഞ്ഞെത്തി സാധാ രണപോലെ ടി വിക്കുമുന്നിൽ ചാനൽ മാറ്റി സെറ്റിൽ ചെയ്യുന്ന സമയം. അപ്പോഴാണ് ദാസന്റെ ഫോൺ എത്തിയത്. "നീലേ, ഞായറാഴ്ച എന്താ നിന്റെ പരിപാടി? ഞങ്ങളെല്ലാം അങ്ങോട്ടു വരുന്നുണ്ട്." കൊല്ക്കത്തയ്ക്ക് അവന്മാർ വരുന്ന കാര്യമാണ് ദാസൻ ഫോണിൽ പറഞ്ഞത്. എനിക്ക തിശയമായി. എന്തിനുള്ള പുറപ്പാടാണ്. ഓരോരുത്തരേയും പലകുറി മാറി മാറി വിളിച്ച് സംഗതിയുടെ നിഗൂഢസ്വഭാവം വെളിച്ചത്തെത്തിക്കാൻ ആവതു ശ്രമിച്ചെങ്കിലും ആരും പിടിതരാൻ കൂട്ടാക്കിയില്ല.

എന്തായാലും കല്യാണം കഴിപ്പിക്കാനുള്ള അവരുടെ നിർബ്ബന്ധ ത്തിനു മുന്നിൽ തലയുയർത്തി ചിരിച്ചു നില്ക്കുമ്പോൾ എന്റെ ഉള്ളം വിങ്ങുകയായിരുന്നു. ഒരു പെൺകുട്ടിയുടെ ജീവിതം എന്തിന് നശിപ്പി ക്കണം എന്നായിരുന്നു എന്റെ പ്രശ്നം. വെറും താത്ത്വികമായിരുന്നില്ല പെൺകുട്ടിയുടെ ജീവിതവുമായി ബന്ധപ്പെട്ട എന്റെ ദുഃഖം. ഉപയോഗിച്ച് തളർന്ന ഉണരാത്ത ശരീരത്തെ ഉണർത്താൻ എന്തെങ്കിലും മാർഗ്ഗം ശേഷി ക്കുന്നുണ്ടാകാം എന്നു ചെറിയ പ്രതീക്ഷ എനിക്കുണ്ടായിരുന്നു. പരാജ യഭീതി ആ ദിവസങ്ങളിൽ എന്നെ വല്ലാതലട്ടിയിരുന്നു. ധൈര്യത്തിന് ആരോ വാരിയർ സെമികോളൻ ടാറ്റു കൈത്തണ്ടയിൽ ഞാൻ കുത്തിച്ചു. കല്യാണത്തിന്റെ അന്ന് രാവിലെ പൗഡറും അത്തറും പൂശി എന്നെ ഒരുക്കുന്നതിനിടെ ധർമ്മസങ്കടം അവരുടെ മുന്നിൽ ഞാൻ തുറന്നുവച്ചു. പരാജിതന്റെ തലകുനിപ്പോടെ അവർക്കു നടുവിൽ ഞാൻ നിന്നു. അവ രുടെ സമാധാന വാക്കുകൾ എന്നെ തൊടാതെ കടന്നുപോയി.

ആദ്യരാത്രി. ഒരിക്കലും പരാജയപ്പെടാൻ ഇഷ്ടമില്ലാത്ത എന്റെ മുന്നി ലേക്ക് അവൾ എത്തി. എല്ലാ വിജയങ്ങളും എന്റെ പരാജയത്തിലേക്കുള്ള ചവിട്ടുപടിയായിരുന്നു എന്ന തിരിച്ചറിവ് അവളുടെ മുന്നിൽ എനിക്കു ണ്ടായി. അവർ എനിക്കു നല്കിയ അവസാനത്തെ ടാസ്കിനു മുന്നിൽ ഉരുകിയൊലിച്ച് ഇല്ലാതാകുന്നത് ഞാൻ അറിഞ്ഞു.

ബീഫ് ഫെസ്റ്റ്

"**ദൈ**വത്തിന് വട്ടാണ്. തല്ലിത്തകർക്കണമെല്ലാം." കൂരിരുട്ടിൽ അശരീരിപോലെ ഒരു ആക്രോശം. പിന്നെ ആനയുടെ വലുപ്പമുള്ള ഒരൊച്ചും വെളിച്ചവും മത്സരിച്ചോടുന്നത് വ്യക്തമായിക്കൊണ്ടിരുന്നു. നിമി ഷങ്ങൾ കടന്നുപോയി. ആ നേരമത്രയും ഉച്ചത്തിലുള്ള കുറേ തട്ടും മുട്ടും സമയത്തെ നിറച്ചു. പ്രകാശം പൂർണ്ണമായി പരന്നുകഴിഞ്ഞപ്പോൾ ഒരു കൽത്തറയും ചുറ്റും തകർക്കപ്പെടലിന്റെ കുറേ ശേഷിപ്പുകളും കാണ പ്പെട്ടു.

കോലപ്പൻ ഉണർന്നു.

സ്വപ്നത്തിൽ കണ്ട കാര്യങ്ങളെക്കുറിച്ച് അയാൾക്ക് അല്പം പോലും അത്ഭുതമോ ഉൽക്കണ്ഠയോ തോന്നിയില്ല. കാരണം ഇത്തരം കാര്യങ്ങൾ അയാളുടെ മനസ്സിലെ ലോലപ്രദേശങ്ങളിൽ പ്രവേശിക്കു ന്നത് വിലക്കി കുറച്ചു ദിവസങ്ങൾക്കു മുമ്പു നടന്ന സംഭവങ്ങൾ അപ്പോഴും അവിടെ തിങ്ങി വിങ്ങി നിന്നിരുന്നു.

"അല്ലേലും ദൈവത്തിനു പറ്റ്യ കാര്യാണോ അങ്ങേരു ചെയ്യുന്നത്. ഒരുത്തരും തന്റെ പേരിൽ തമ്മിലടിക്കുകയോ അടിപ്പിക്കുകയോ പാടി ല്ലെന്ന് പരിശുദ്ധമായ ഗ്രന്ഥങ്ങളിലെല്ലാം എഴുതിവയ്പ്പിച്ചിട്ടിപ്പോ ദാണ്ട സ്വയം കുഴിതോണ്ടുന്ന കാര്യല്ലേ കാണിച്ചിരിക്കുന്നെ, അനുഭവിക്കട്ടെ."

പായയിൽനിന്ന് എഴുന്നേല്ക്കവെ അയാൾ പിറുപിറുത്തു.

ഇനി കോലപ്പന്റെ വാക്ചിത്രം (ബയോഡേറ്റ ചേർത്തത്)

വയസ്സ് – 40 (അത്രയും പറയില്ല.)

ഉയരം – ആറടി (മെലിഞ്ഞ പ്രകൃതം)

മതം – ഇല്ല (അതേക്കുറിച്ച് ചിന്തിച്ചിട്ടില്ല)

രാജ്യം – ഇന്ത്യ

സംസാര ഭാഷ – മലയാളം

ജോലി – ചോറുവയ്പ്പ് (കോമളവിലാസം വെജിറ്റേറിയൻ ഹോട്ടൽ, കണ്ണൂർ)

വിദ്യാഭ്യാസം – പത്താം ക്ലാസ് (തോറ്റു)

നിറം – മഞ്ഞ കലർന്ന തേൻ വെളുപ്പ് (രോമവും അങ്ങനെ തന്നെ)

വിവാഹം – കഴിഞ്ഞത് (ഒരു ഭാര്യയും ഒരു മകളും)

തിരിച്ചറിയൽ അടയാളം – അങ്ങനെയൊന്നില്ല (വലിയ അടയാളം മതിയെങ്കിൽ ഇടതുകാലിന് ചെറിയ ഒരു ഏന്തൽ)

ചില വകകൾ സൂചിപ്പിക്കാൻ പാകത്തിനുള്ള ചെറിയ വാക്കുകൾ ഇല്ലാത്തതിനാൽ പലവകകൾ എന്ന ഗണത്തിൽ പെടുത്തി ചിലകാര്യ ങ്ങൾ പറഞ്ഞ് ചിത്രം പൂർത്തിയാക്കാം. പുറകോട്ടു ചീകിയ മുടി. ഇരുവ ശത്തും കഷണ്ടി നന്നായി തെളിഞ്ഞു തുടങ്ങിയിട്ടുണ്ട്. നർത്തകികളു ടേതുപോലെ പുറത്തേക്ക് ഉന്തിയ വട്ടക്കണ്ണുകൾ. കത്തിപോലെ നീണ്ടു വളഞ്ഞ മൂക്കും വലിയ ചെവികളും കൂടിച്ചേരുമ്പോൾ ആരായാലും കാണുന്നവർക്ക് കോലപ്പൻ വലിയ ഒരടയാളമാണ്. ഒന്നുകണ്ടാൽ പിന്നെ മറക്കില്ല.

ശുദ്ധ വെജിറ്റേറിയനാണ് കോലപ്പൻ. എന്നാൽ ഭാര്യ വിമല നേരെ തിരിച്ചും. തിരിച്ചു കടിക്കാത്തതെന്ത് എവിടെ കിട്ടിയാലും അയാളുടെ ഭാഷയിൽ പറഞ്ഞാൽ – വലിച്ചുകേറ്റും. മകൾ അർച്ചനയ്ക്ക് ലോക ത്തിലെ ഏറ്റവും അറപ്പുള്ള വസ്തു ഇറച്ചിയാണ്. പക്ഷേ, വിമല വിടില്ല, അർച്ചനയെ നിർബ്ബന്ധിച്ച് തീറ്റിക്കും. ഇതേച്ചൊല്ലി എന്നും വലിയ കോലാ ഹലമാണ് വീട്ടിൽ.

"ബുദ്ധി വികസിക്കണോങ്കി, പഠിച്ച് പഠിച്ച് മിടുക്കി ആകണോങ്കി, മീനും ഇറച്ചീം സൂപ്പുമൊക്കെ വയറുനെറച്ചു കഴിക്കണം. അതറിയില്ലാതെ നിന്റച്ഛനെപ്പോലെ കിഴങ്ങും പച്ചക്കറീം മാത്രം കഴിച്ചു വളന്നാ എങ്ങു മെത്തൂല കേട്ടോ."

ബഹളത്തിനുശേഷം ഇങ്ങനെയുള്ള വാചകങ്ങളോടെയാകും മകളെ അനുനയിപ്പിച്ച് കഴിപ്പിക്കുക. വീട്ടിൽ നിറഞ്ഞു നില്ക്കുന്ന ഇറ ച്ചിയുടെയും മീനിന്റെയും ഛർദ്ദിപ്പിക്കുന്ന മണം കോലപ്പൻ സഹിക്കും. പക്ഷേ, ഭാര്യയുടെ ഇത്തരം പ്രയോഗങ്ങൾ കേൾക്കുമ്പോൾ അയാളുടെ നിയന്ത്രണം വിടും. അതുകൊണ്ട് അയാൾക്ക് അവധിയുള്ള ഞായറാ ഴ്ചകളിൽ വീട്ടിൽ ബഹളത്തിന് ശബ്ദവും നീളവും കൂടും.

പുലർച്ചെ അഞ്ചിനുതന്നെ കോലപ്പൻ ഉണരും. പല്ലുതേപ്പും കുളി യുമൊക്കെ പതിനഞ്ചുമിനിട്ടിൽ കഴിയും. പിന്നെ പത്തുമിനിറ്റുകൊണ്ട് പാന്റിട്ട് കുറിയും തൊട്ട് കുട്ടപ്പനായി, ഉറങ്ങുന്നവരെ ശല്യപ്പെടുത്താതെ വാതിൽച്ചാരി ഇറങ്ങും. അഞ്ച് മുപ്പത്തഞ്ചിനാണ് പത്രവണ്ടി. സ്പീഡിൽ ഏന്തി നടന്ന് പട്ടണത്തിലേക്ക് തിരികെ പോകുന്ന അതു പിടിച്ചാൽ കൃത്യം ആറേകാലിന് കോമളവിലാസത്തിനു മുന്നിൽ ഇറങ്ങാം. ആറേ മുക്കാലോടെ ചായയും ദോശയും ചട്ണിയും റെഡി. വണ്ടിയുടെ

ഡ്രൈവർ നാട്ടുകാരനായതിനാലും അയാൾക്ക് ഒരു ഫ്രീ ചായ നല്കു
ന്നതിനാലും യാത്ര സൗജന്യമാണ്.

വെളിച്ചം വീഴുന്നതിനുമുമ്പേയുള്ള എഴുന്നേല്പ് ചെറുപ്പത്തിലേ
യുള്ള ശീലമാണ്. പിന്നെ കുളിച്ച് കുറിതൊട്ട് അച്ഛനുമമ്മയ്ക്കുമൊപ്പം
പൂജാമുറിയിൽ കയറും. വലിയ ചന്ദനക്കുറി ശീലം അച്ഛനിൽനിന്ന് കിട്ടി
യതാണ്. നെറ്റി നിറഞ്ഞ് അതിട്ടാൽ തലയ്ക്ക് നല്ല തണുപ്പും എപ്പോഴും
ഉന്മേഷവും ലഭിക്കുമത്രേ.

കൃഷ്ണക്ഷേത്രത്തിലെ പൂജാരിയായിരുന്ന അച്ഛൻ പാമ്പുകടിയേറ്റ്
മരിക്കുമ്പോൾ കോലപ്പന് പത്തര വയസ്സ്. അതിൽ മനംനൊന്ത് കിടന്ന്
അമ്മയും മരിച്ചു. പതിനൊന്നു വയസ്സിൽ അങ്ങനെ കോലപ്പൻ അനാഥ
നായി. നല്ല നിലയിലായിരുന്ന ഏറെപ്പേർ ബന്ധുക്കളായി ഉണ്ടായിരു
ന്നിട്ടും അലയാനായിരുന്നു കോലപ്പന്റെ വിധി. ഹോട്ടലിൽ പാത്രംകഴുകൽ
മുതൽ പണം കൈകാര്യം ചെയ്യുന്നതു വരെ അറിയാത്ത പണിയൊന്നു
മില്ല ഇപ്പോൾ.

വിമല ജീവിതത്തിലേക്ക് വരുമ്പോൾ അയാൾക്ക് വയസ്സ് ഇരുപ
ത്തെട്ട്. ചായക്കടക്കാരൻ പൊറിഞ്ചുവിന്റെ മകൾക്ക് തൊട്ടാൽ പൊട്ടുന്ന
പതിനെട്ട്. വർഷങ്ങളിത്ര കഴിഞ്ഞിട്ടും ക്രിസ്ത്യാനിയായ ഭാര്യ പള്ളി
യിൽ പോകരുതെന്നോ ഇഷ്ടഭക്ഷണമായ ബീഫ് ഉപേക്ഷിക്കണമെന്നോ
ഒരിക്കൽപ്പോലും അയാൾ സൂചിപ്പിച്ചിട്ടുപോലുമില്ല. മകളുടെ കാര്യ
ത്തിലും അങ്ങനെതന്നെ. അല്ലെങ്കിൽത്തന്നെ മനഃസാക്ഷി അനുസരിച്ചു
ജീവിക്കുന്നവർക്ക് ഒരു മതത്തിന്റെ ആവശ്യം പോലുമില്ലെന്ന വാദക്കാര
നാണ് കോലപ്പൻ. അതുകൊണ്ടുതന്നെ അയാൾ ഒരു മതത്തിനും
എതിരോ പ്രചാരകനോ അല്ല. പക്ഷേ, വലിയ ചന്ദനക്കുറിതൊട്ട്
എപ്പോഴും കാണപ്പെട്ടിരുന്നതുകൊണ്ട് അയാൾ ഹൈന്ദവരിൽ തീവ്ര
സ്വഭാവക്കാരനാണെന്നായിരുന്നു സ്ഥിരം ഇടപഴകിയിരുന്ന എല്ലാവരും
കരുതിയിരുന്നത്.

ഒരു ഞായറാഴ്ച കുളിച്ചീറനായി കിണറ്റിൻകരയിൽനിന്ന് ഉമ്മറപ്പ
ടിയിലേക്ക് കയറവേ മകൾ ആറാംക്ലാസുകാരി അർച്ചന അയാളുടെ അടു
ത്തെത്തി രഹസ്യമെന്നോണം പറഞ്ഞു: "അച്ഛാ, എനിക്കു ഹിന്ദുവായാ
മതി. അങ്ങനെയെങ്കി ഈ പശുവിന്റെ ഇറച്ചിയൊന്നും തിന്നണ്ടല്ലോ.
പാലു തരുന്ന പശു അമ്മയാണെന്ന് പത്രത്തി കണ്ടല്ലോ. എല്ലാജീവി
യോളിലും ഈശ്വരൻ ഉണ്ടത്രേ. അങ്ങനെ വരുമ്പോ ജീവനുള്ള എന്തി
നെയെങ്കിലും തിന്നാകൊല്ലുന്നത് പാപല്ലേച്ഛ."

ഒപ്പം ഒരു ചോദ്യവും അവൾ തൊടുത്തു.

അയാൾ അവളെ അതിശയത്തോടെ നോക്കി.

പിന്നെ മറുപടിക്കായി അല്പം പരതി.

"മോൾക്കു വേണ്ട കഴിക്കണ്ട" എന്നു പറഞ്ഞ് വരുംവരായ്കക
ളെക്കുറിച്ചു ചിന്തിക്കാതെ പെട്ടെന്നു കോലപ്പൻ ആ പ്രതിസന്ധി മറിക
ടന്നു.

ആയിടയ്ക്കായിരുന്നു പശുവിറച്ചിയെ പ്രതി ചില കോലാഹലങ്ങളും കൊലപാതകങ്ങളും വരെ നടന്നത്. ഇതേച്ചൊല്ലിയുള്ള ചർച്ചകൾ കാണു ന്നതിനിടെ പല വീടുകളിലും ടി വി ചൂടുപിടിച്ചു കത്തിയത്രേ. സംഗതി ശരിക്കും വിഷയമാകുന്നെന്നുകണ്ടപ്പോൾ കോലപ്പനും ഒരു ടി വി വാങ്ങാൻ തീരുമാനിച്ചു. ഈ വാർത്തയറിഞ്ഞ് അർച്ചന തുള്ളിച്ചാടി. ഒപ്പം "ഇനി എനിക്കിഷ്ടൊള്ള ടോം ആന്റ് ജെറി കാണാല്ലോ." എന്ന് അവൾ വാക്കുകളേയും തുള്ളിച്ചു.

വാദപ്രതിവാദങ്ങൾ അയാളും ഭാര്യയും തമ്മിലും അയാളും അയാ ളിലെ കോലപ്പനും തമ്മിലും ആഴ്ചകളോളം അവസാനമോ തീരുമാ നമോ ഇല്ലാതെ ടി വിയിലേതു പോലെ നീണ്ടു.

വിശുദ്ധ ഗ്രന്ഥങ്ങളും മഹത് സൂക്തങ്ങളും കോലപ്പൻ തേടിപ്പിടിച്ച് വായിച്ചു. എന്നാൽ അവയൊന്നും അയാളെ സ്വസ്ഥമാക്കാൻ പോന്നതാ യിരുന്നില്ല. സംശയ നിവാരണത്തിന് സമീപിച്ച പള്ളീലച്ചന്മാരും ഉസ്താ ദുമാരും പുതിയ വിവാദത്തിൽ അത്ഭുതപ്പെട്ടു. മനുഷ്യനാണ് ദൈവ ത്തിന്റെ ഉത്തമ സൃഷ്ടിയെന്നും അവനുവേണ്ടിയാണ് മറ്റുള്ളതെല്ലാം സൃഷ്ടിക്കപ്പെട്ടിട്ടുള്ളതെന്നും ഉള്ള വാദത്തിൽ അവർ ഉറച്ചുനിന്നു.

സാത്വികനും ജാതി മത ഭേദമില്ലാതെ എല്ലാവരാലും അംഗീകരി ക്കപ്പെട്ടിരുന്നയാളുമായ നാട്ടിലെ സ്വാമിയുടെ അഭിപ്രായം അറിയാനും കോലപ്പനെത്തി. സസ്യഭുക്കും പശുക്കളെ മക്കളെപ്പോലെ പരിപാലിച്ചു പോന്നിരുന്നയാളുമായ സ്വാമിയോട് കോലപ്പന് ആരാധനയാണ്.

"ഒരിക്കലും പാടില്ല എന്നേ ഞാൻ പറയൂ. എന്തുകൊണ്ടെന്നാൽ അമ്മയായി കരുതപ്പെടുന്ന ഒന്നിനെ ആരും ഭക്ഷിക്കില്ല എന്നതു തന്നെ." സ്വാമി നിർത്തി.

"സ്വാമി അമ്മയെയല്ലേ കഴിക്കാൻ പറ്റില്ലാത്തതുള്ളൂ. അച്ഛനായാൽ കുഴപ്പമില്ലല്ലേ അല്ലേ."

മൂരിയിറച്ചി കഴിക്കുന്നതിൽ തെറ്റില്ലല്ലോ എന്ന് ദ്യോതിപ്പിച്ച് ഒരു ചർച്ചയിലും ആരും ഉയർത്താത്ത ഒരു സംശയം കോലപ്പൻ നിഷ്കളങ്ക മായി ചോദിച്ചു. അത് സ്വാമി കേട്ടിട്ടുണ്ടാവില്ലെന്നു കോലപ്പന് തോന്നി.

"ശരിയും തെറ്റും ഓരോരുത്തരുടേയും മനസ്സിലാണ്. അതുകൊണ്ട് നമ്മുടെ ഒരു പ്രവൃത്തി നമുക്കും മറ്റുള്ളവർക്കും ഏതെങ്കിലും തലത്തിൽ ദ്രോഹമാകുന്നെങ്കിൽ മാത്രമേ അത് തെറ്റാകുന്നുള്ളൂ." സ്വാമി പറഞ്ഞു നിർത്തി.

'ഓരോരുത്തരും ഓരോന്നാണ് പറയുന്നത്. പക്ഷേ, ഇതിനൊക്കെ ഒരു സത്യമുണ്ടാകുമല്ലോ' എന്ന് ആശ്രമത്തിന്റെ പടികൾ ഇറങ്ങുമ്പോൾ പതിവില്ലാത്തതിനേക്കാൾ കൂടുതൽ കോലപ്പന്റെ മനസ്സ് ഉരുവിട്ടുകൊ ണ്ടിരുന്നു. അതുകൊണ്ട് സത്യാവസ്ഥ അറിഞ്ഞുതന്നെ മുന്നോട്ടുപോ കാൻ അയാൾ തീരുമാനിച്ചു.

എല്ലാ സംശയങ്ങൾക്കും ഉത്തരം തേടി കോലപ്പൻ ദൈവത്തെ തേടി. അച്ഛന്റെയും അമ്മയുടെയും അകാലമരണത്തോടെ ദൈവത്തെ

ശപിച്ച് പൂജകളോട് വിടപറഞ്ഞ അയാൾ വീണ്ടും വീട്ടിൽ ഒരു പൂജാ മുറി തല്ലിക്കൂട്ടി.

വിവരമറിഞ്ഞ് ഭാര്യ കലിതുള്ളി. പക്ഷേ, അവരുടേതടക്കം എല്ലാ ദൈവങ്ങളുടെ ചിത്രങ്ങളും അടയാളങ്ങളും വിശുദ്ധ ഗ്രന്ഥങ്ങളും അവിടെ സ്ഥാനം പിടിച്ചിട്ടുണ്ട് എന്നുകണ്ട് അവൾ അടങ്ങി.

'ദൈവമേ, നീ എന്നോട് സംസാരിക്കണേ എന്റെ സംശയങ്ങൾ മാറ്റി ത്തരണേ,' എന്ന് പത്രവണ്ടിയിലും ഹോട്ടലിൽ ജോലിക്കിടെ പച്ചക്കറിക്ക് അരിഞ്ഞുകൊണ്ടിരിക്കുമ്പോൾ വരെ അയാൾ നിർത്താതെ ഉരുവിട്ടു. പ്രാർത്ഥനാമുറിയിൽ ലക്ഷക്കണക്കിന് തവണ ഈ മന്ത്രം ദൈവങ്ങ ളുടെ ചിത്രങ്ങൾ ചുറ്റിവന്നു.

"എല്ലാ ജീവജാലങ്ങളിലും ഓരോ അണുവിലും ഇലയിലും പൊടി യിലും വരെ നിറഞ്ഞു നില്ക്കുന്ന ദൈവമേ, എന്റെ ചിന്തകളേയും പ്രവൃത്തികളേയും നിയന്ത്രിക്കേണമേ" എന്ന അച്ഛന്റെ പ്രഭാത പ്രാർ ത്ഥന ഓർത്തെടുത്ത് അതും പൂജാമുറിയിലെ പ്രാർത്ഥനയിൽ ഉൾപ്പെ ടുത്തി. എന്നിട്ടും ദിവസങ്ങൾ കഴിയുംതോറും കൂടുതൽ സംശയങ്ങൾ അയാളെ വരിഞ്ഞുമുറുക്കിക്കൊണ്ടിരുന്നു.

ആഴ്ചവട്ടത്തിന്റെ അവസാനദിവസം വൈകുന്നേരം. വീട്ടിലേക്കുള്ള വഴിമധ്യേ ബസ് സ്റ്റാന്റിൽ തന്നെ വലിച്ചാകർഷിക്കുന്ന ഒരു കാഴ്ച കോല പ്പൻ കണ്ടു. വലയത്തിൽപ്പെട്ട് കറങ്ങി ചന്ദനക്കുറി കൈപ്പത്തികൊണ്ട് അയാൾ ഉരച്ചുമായിക്കുന്നതിനൊപ്പം പാന്റിന്റെ പോക്കറ്റിൽ എപ്പോഴും ഉണ്ടാകാറുള്ള വലിയ കർച്ചീഫെടുത്ത് തല മറച്ചു. പിന്നെ ബസ് സ്റ്റാന്റി നടുത്ത് 'ബീഫ് ഫെസ്റ്റ്' എന്നെഴുതിയ വലിച്ചുകെട്ടിയിരുന്ന ഫ്ളെക്സി ലേക്ക് നീളുന്ന ക്യൂവിൽ ഇടം പിടിച്ചു. വലിയ ജനക്കൂട്ടമായിരുന്നു അത്. നല്ല തിരക്കുണ്ട്. ക്യൂ തെറ്റിച്ച് കയറുന്നവരെ സംഘാടകരിൽ ചിലർ വില ക്കുന്നുണ്ട്. എങ്കിലും ആളുകൾ ഇരച്ചുകയറിയതോടെ കപ്പയ്ക്കും ബീഫിനും ചുറ്റും ഒരു വലിയ ആൾക്കൂട്ടമായി. കോലപ്പൻ പക്ഷേ, ഉന്തിലും തള്ളിലും പെട്ട് ചെന്നെത്തിയത് കൃത്യം വിളമ്പുകാരന്റെ മുന്നി ലായതിനാൽ കിട്ടിയത് ഭദ്രമായി ചുരുട്ടി ഉയർത്തിപ്പിടിച്ച് ഒരു കണക്കിന് വേഗം പുറത്തുകടക്കാനായി.

അറിയാനുള്ള ആഗ്രഹം വിമ്മിട്ടത്തെ പിന്തള്ളി. അതുകൊണ്ടു തന്നെ അയാളെ അതിശയിപ്പിച്ച് അറപ്പ് നിശ്ശേഷം മാറി നിന്നു. "സംഗതി കൊള്ളാം. വിമല പറഞ്ഞത് ശരിതന്നെ." അയാൾ ആത്മഗതം ചെയ്തു. ബസിൽ കയറുംമുമ്പ് ബീഫ് ഫ്രൈ എന്ന ബോർഡു വച്ച പട്ടണത്തിലെ ഒരുകടയിൽനിന്ന് ഒരു പൊതി വാങ്ങാനും കോലപ്പൻ മറന്നില്ല.

പിറ്റേന്ന് ഞായറാഴ്ചയായിരുന്നു. വിമലയും മകളും പള്ളി യിൽപ്പോയ സമയം അയാൾ അടുക്കളയിൽ കയറി തലേന്നത്തെ ബീഫ് കറിയുടെ മൂട പൊക്കി ഒന്നുരണ്ടുകഷണം പെറുക്കി വായിലിട്ട് വിഴുങ്ങി. അധികം വേണ്ട. അളവിൽ വ്യത്യാസം ശ്രദ്ധയിൽപ്പെട്ടാലോ എന്ന് അയാളെ മനസ്സ് വിലക്കി. എന്നിട്ടും നാലുപ്രാവശ്യം പാത്രത്തിൽ കൈ

ചെല്ലുന്നത് വിലക്കാൻ കോലപ്പനായില്ല. അപ്പോഴും തുടർന്ന് ടി വി തുറന്ന് ബീഫ് ഉലർത്തുന്ന വിധം കണ്ടുകൊണ്ടിരുന്നപ്പോഴും അയാൾ പ്രാർത്ഥിച്ചുകൊണ്ടിരുന്നു. 'ദൈവമേ എന്താണ് സത്യം എന്ന് എനിക്ക് വെളിപ്പെടുത്തിത്തരേണമേ' എന്നും 'തന്റെ മുമ്പിൽ പ്രത്യക്ഷപ്പെട്ട് ഉത്ത രമരുളണമേ' എന്നും അയാൾ ഉരുവിട്ടുകൊണ്ടിരുന്നു.

"കോലപ്പാ" എന്ന ഉച്ചത്തിലുള്ള വിളി അയാളുടെ ശ്രദ്ധ തിരിച്ചു.

തന്റെ അത്രയും തന്നെ പ്രായമുള്ള ഒരു ക്ലീൻഷേവ് കഷണ്ടിക്കാ രൻ തന്റെ മുന്നിൽ നില്ക്കുന്നതുകണ്ട് അയാൾക്ക് അത്ഭുതം തോന്നി. അടച്ചിട്ട വീട്ടിൽ എങ്ങനെ ഒരാൾ വരും എന്നയാൾ അതിശയിച്ചു.

"ഹേയ് എന്താ ചോദിക്കാതെയും പറയാതെയുമാണോ കേറി വരു ന്നത്. ആരാ നിങ്ങൾ? പുറത്തുപോ."

കോലപ്പൻ അലറി.

അയാൾ പക്ഷേ, പുഞ്ചിരി തൂകി നിന്നതല്ലാതെ ഒരു ഭാവവ്യത്യാ സവും കാട്ടിയില്ല. കോലപ്പന് അയാളോട് വല്ലാത്ത അരിശം തോന്നി. അല്പം ഭയവും അരിച്ചിറങ്ങാതിരുന്നില്ല. പക്ഷേ, ശാന്തതയും എന്തെ ന്നില്ലാത്ത ചൈതന്യവും നിറഞ്ഞ ഒരു മുഖത്തുനോക്കി ഇറങ്ങിപ്പോകാൻ വീണ്ടും പറയാൻ കോലപ്പനായില്ല.

അപ്പോൾ ആഗതൻ പറഞ്ഞു.

"കോലപ്പാ, ഞാൻ ദൈവമാണ്. നിന്റെ പ്രാർത്ഥന കേട്ട് നിനക്ക് നേരിട്ട് ഉത്തരം നല്കാൻ എത്തിയ ദൈവം. എന്നെ കാണാൻ ശക്ത മായി ആഗ്രഹിക്കുന്നവരെ ഞാൻ ഒരിക്കലും നിരാശരാക്കാറില്ല."

കോലപ്പൻ സംശയ ദൃഷ്ടിയോടെ അല്പനേരം നാവിറങ്ങിപ്പോയവ നെപ്പോലെ നിന്നുപോയി. പിന്നെ പറഞ്ഞു:

"എന്താ പറഞ്ഞേ ദൈവോന്നോ? എന്നാ ശരി, തെളിയിച്ചു താ. എങ്കി ഞാൻ വിശ്വസിക്കാം." കോലപ്പൻ കഷണ്ടിക്കാരനെ വെല്ലുവിളിച്ചു.

"കോലപ്പാ, നീയിപ്പോൾ ബീഫ് ഫ്രൈയെക്കുറിച്ചല്ലേ ചിന്തിച്ചോ ണ്ടിരുന്നത്?"

സുമുഖൻ ചോദിച്ചു.

കോലപ്പൻ അതിശയിച്ചു വിറച്ചുപോയി. തന്റെ മനസ്സു കാണാൻ കഴിയുന്നയാൾ തീർച്ചയായും ദൈവമായിരിക്കും. അയാൾക്ക് അല്പം വിശ്വാസം തോന്നാതിരുന്നില്ല.

"എന്നാ നീ കരണ്ടെടാന്ന് കളഞ്ഞെ." കോലപ്പൻ മുന്നിലെ ദൈവ ത്തോട് പറഞ്ഞു.

കറങ്ങിക്കൊണ്ടിരുന്ന ഫാൻ ചൂണ്ടി കോലപ്പൻ അടയാളം ആവ ശ്യപ്പെട്ടു. ഉടൻ തന്നെ ഫാൻ നിന്നു. ടി വിയിലെ ആവി പൊങ്ങിക്കൊ ണ്ടിരുന്ന ബീഫ് ചട്ടിയും മാഞ്ഞു.

വീണ്ടും അതിശയിപ്പിക്കാൻ നില്ക്കാൻ സമയം നല്കാതെ കോല പ്പൻ വാചാലനായി.

"ഏവന്മാർക്ക് ഇത് എന്തിന്റെ കേടാ. ഓരോരുത്തരും എന്നാ തിന്ന

ണംന്ന് അവരവരല്ലേ ദൈവമേ തീരുമാനിക്കുന്നേ. അതു വേണ്ടാന്നു പറ
യാനും അതിന്റെ പേരില് കൊല്ലാനും തിന്നാനും തമ്മിലടിക്കാനും
അവർക്കെന്നാ അധികാരം. വിവരമില്ലാത്ത വഹകള്."

"ടാ കോലപ്പാ, നെനക്ക് ലേശം കൂടുന്നൊണ്ട് കേട്ടോ. പക്ഷേ, നീ
പറഞ്ഞത് ശരിയാ. എന്തുവേണോന്നും വേണ്ടാന്നും തീരുമാനിക്കാനുള്ള
സാമാന്യ ബുദ്ധിയൊക്കെ ഞാൻ എല്ലാവർക്കും കൊടുത്തിട്ടൊണ്ട്."

ദൈവം പറഞ്ഞു.

"ദൈവമേ, സംഗതി നല്ല യമണ്ടൻ സാധനം തന്നെയാ. പക്ഷേ,
കൊറേപ്പേർക്ക് പശു അമ്മേപ്പോലാണേല് അതിനെ കൊല്ലണത്
അവർക്ക് സഹിക്യോ. അതോണ്ട് മറ്റൊള്ളൊള്ളോർക്ക് അവരോട് സ്നേഹോ
ണ്ടേല് അതൊക്കെ വേണ്ടാന്നു വയ്ക്കും അത്രതന്നെ."

"അതും ശരിതന്നെയാ. ആദ്യം കൂടെയൊള്ളോരെ അംഗീകരിക്കാനും
സ്നേഹിക്കാനും പഠിക്കട്ടെ. എന്നിട്ട് എന്നെ സ്നേഹിച്ചാ മതി." ദൈവം
പറഞ്ഞു.

"ദൈവമേ നീയിങ്ങനെ മലക്കം മറിയുന്നത് എനിക്ക് ഇഷ്ടമാവുന്നി
ല്ലട്ടോ. ഒന്നേമല്ലേലും നീ ദൈവല്ലേ, ഒരു സ്റ്റാന്റൊക്കെ വേണ്ടേ? നീയിപ്പോ
ശരിക്കും ആർടെ കൂട്ടത്തിലാ അതുപറ."

കോലപ്പൻ ലേശം അരിശം കൊണ്ടോയെന്ന് ദൈവത്തിന് സംശയം
തോന്നാതിരുന്നില്ല. ദൈവം വെളുക്കെ ചിരിച്ചു. കഷണ്ടി കയറിയിറങ്ങിയ
തലയിൽ കൈവിരല് ഓടിച്ചുകൊണ്ട് പറഞ്ഞു:

"ഹെന്റെ കോലപ്പാ, നീയൊരു പാവത്താൻ തന്നെ. ദൈവത്തിന്
ആരുടെയെങ്കിലും പക്ഷം പിടിക്കാൻ പറ്റോ? എനിക്ക് ഒരൊറ്റ പക്ഷമേ
യുള്ളൂ. നന്മയുടേതാ അത്. ജാതിയും തീറ്റയും മതവും നിറവുമൊന്നും
അതിന് ഞാൻ നോക്കാറില്ല. തമ്മിലടിച്ചും കൊന്നൊടുക്കിയും എന്നെ
പ്രീതിപ്പെടുത്താൻ ആരെങ്കിലും ശ്രമിച്ചാ അവരോടൊപ്പം ഞാനുണ്ടാ
കുന്ന് കരുതുന്നോര് ശരിക്കും പൊട്ടന്മാരാ. ഞാൻ കൊടുത്ത സാമാന്യ
ബോധം പോലും ഉപയോഗിക്കാതെ ഇത്തരക്കാരോട് ഞാൻ പൊറുക്കുന്ന്
നീ കരുതുന്നുണ്ടോ?"

അത്രേയും നേരം ഉണ്ടായതിനേക്കാൾ ചെവി കൂർപ്പിച്ചാണ് കോല
പ്പൻ അത് കേട്ടിരുന്നത്. ശരിക്കും ദൈവം ചില്ലറക്കാരനല്ലെന്ന് അയാൾ
ആത്മഗതം ചെയ്തു.

"ന്താട് നെനക്ക് മിണ്ടാട്ടം മുട്ടിപ്പോയോ? അതുമിതുമാലോചിച്ചിരി
ക്കാതെ വല്ലതുമൊക്കെ പറ. അല്ലേ ഞാനിപ്പോ പോകുമേ."

ദൈവം പറഞ്ഞു.

"അയ്യോ പോവല്ലേ." എന്ന നിലവിളിയുമായി കോലപ്പൻ ബഞ്ചിൽ
നിന്ന് ചാടിയെണീറ്റു. "അങ്ങുപോയാ ജീവിതം തന്നെ ഭയങ്കര
ബോറാകും. നിനക്കിരിക്കാൻ ഒരു പൂജാമുറി ഉണ്ടാക്കിയാപ്പിന്നെയാ എല്ലാ
ത്തിനും ഒരു ഉഷാറുണ്ടായേക്കുന്നേ. അപ്പോപ്പിന്നെ നീ പോണ കാര്യം
എനിക്ക് ആലോചിക്കാനേ പറ്റുന്നില്ല."

"എന്റെ ദൈവമേ നീ എല്ലാത്തിലും ഉണ്ടെങ്കി ബീഫിലുള്ള നെന്നെ ചവച്ചു മുറിച്ച് വയറ്റിലേക്കിറക്കുമ്പോ നെനക്ക് വേദനിക്കില്ലേ?"

"ടാ പൊട്ടാ, ബീഫേ കടിക്കുന്നതാരാ, പല്ലല്ലേ. അതിനുള്ളിലാരാ അതിന്റെ ഓരോ അണുവിലും ആരാ? അത് നീ തന്നെ പറ."

കോലപ്പൻ സംശയങ്ങളുടെ കൂടാരത്തിൽ പരതുന്നതു കണ്ടപ്പോൾ ദൈവം തുടർന്നു.

"എനിക്ക് എന്നെ കടിക്കാമ്പറ്റോ? ഞാൻ ഒന്നിനേം കടിക്കുന്നുമില്ല. ഞാനൊട്ടു അരയ്ക്കപ്പെടുന്നുമില്ല. എറക്കപ്പെടുകയോ വിസർജ്ജ്യമാക്ക പ്പെടുന്നുമില്ല."

കോലപ്പന്റെ തലയിൽ സംശയങ്ങളുടെ വേലിയേറ്റങ്ങൾ നടക്കുക യാണെന്നും ചുടുകൊണ്ട് അവിടെയുള്ള വെള്ളമെല്ലാം വറ്റി പുകയെ ടുത്തു തുടങ്ങിയെന്നും തലയ്ക്ക് ചൂണ്ടുവിരൽ താങ്ങി ചെന്നിക്കുത്തേറ്റ വരെ പോലുള്ള അയാളുടെ ഇരുപ്പു കണ്ടപ്പോൾ ദൈവത്തിനു തോന്നി.

പെട്ടെന്ന് അബോധാവസ്ഥയിൽനിന്ന് ഞെട്ടി ഉണർന്നവനെപ്പോലെ അയാൾ ഉച്ചത്തിൽ കൂവി.

"അപ്പോ ദൈവമേ, നീ എല്ലാ ജീവജാലങ്ങളിലും വസ്തുവഹക ളിലും തീട്ടക്കണ്ടിയിലും വരെ ഉണ്ടല്ലേ."

ഒപ്പം ദൈവത്തെ നോക്കി ഒരു വളിച്ച ചിരിയും പാസാക്കി.

ദൈവത്തിന് കോപിക്കാൻ പറ്റില്ലെന്ന് ഭാവഭേദമൊന്നുമില്ലാതെ ചിരി ച്ചുകൊണ്ടുള്ള ഇരിപ്പു കണ്ടപ്പോൾ കോലപ്പൻ ഉറപ്പിച്ചു.

"ടാ മണ്ടൻകുണാപ്പാ, ഞാനിത്രേം നേരം പറഞ്ഞതെന്താ? ഈ ഭൂലോകത്തിൽ മനുഷ്യന് ഇത്രമാത്രം വിശേഷബുദ്ധികൊടുത്തിട്ടും നിന്നേപ്പോലെയൊള്ള ചെലവന്മാർ സാമാന്യബുദ്ധിപോലുമില്ലാതെ ഓരോന്നും ചിന്തിക്കുകേം പ്രവർത്തിക്കുകേം പറയുകേമൊക്കെ ചെയ്യു ന്നതു കാണുമ്പോ ഭയങ്കര സങ്കടാവുന്നുണ്ട്."

താൻ ചോദിച്ചത് സ്വല്പം കൂടിപ്പോയില്ലേ എന്ന് കോലപ്പന് സംശ യമായി. കാര്യമായിട്ടായാലും ചോദിച്ചതിൽ നർമ്മം കലർത്തിയത് ഒട്ടും ശരിയായില്ലെന്ന് കോലപ്പന് തോന്നി.

"എന്റെ ദൈവമേ, ഏതായാലും നെന്നോട് മിണ്ടീം പറഞ്ഞുമിരുന്നാ സമയം പോണതറിയേയില്ല. എന്തുരസാ."

കലർപ്പില്ലാത്ത കാര്യം പറഞ്ഞ് കോലപ്പൻ ദൈവത്തെ സന്തോഷി പ്പിക്കാൻ ഒരു ശ്രമം നടത്തി. ദൈവം പ്രസന്നവദനനായി സംഭാഷണം തുടർന്നു.

"കോലപ്പാ, എന്റെ സമയം മെനക്കെടുത്തി ഞാൻ ഈ കോലത്തില് നിന്റെ മുമ്പി വന്നിരിക്കുന്നതെന്തിനാന്നാ. നീ പറ."

"ഈ ദൈവത്തെക്കൊണ്ടു തോറ്റു. എനിക്കു തന്നെ ഉത്തരം കിട്ടാത്ത ആയിരം ചോദ്യങ്ങളാ. അപ്പോ നെന്റെ ഇമ്മാതിരിയൊള്ള ചോദ്യ ങ്ങള് കേൾക്കുമ്പോ ചൊറിച്ചിലുവരുന്നുണ്ടേ. നമ്മക്ക് വേറെ വല്ലതും പറയാം."

അയാൾ ചിണുങ്ങി തല ഇടത്തേക്ക് ചരിച്ചിരുന്നു.

"ഹതുകൊള്ളാം. അപ്പോഴേക്കും പിണങ്ങിയോ നീ."

എന്നു ചോദിച്ച് ദൈവം എഴുന്നേറ്റു. അയാളുടെ അടുത്തുവന്ന് സുഹൃത്തിനെപ്പോലെ തോളിൽ കൈയിട്ടു തല പിടിച്ചുയർത്തി. എന്നിട്ടു പറഞ്ഞു:

"കോലപ്പാ, ഒത്തിരി നന്മയുള്ളിടത്തും തിന്മ പെരുകി അന്ധകാരം നിറഞ്ഞിടത്തും എന്നെയോർത്ത് നെഞ്ചുരുകുന്നിടത്തുമാണ് ഞാൻ ഇങ്ങനെ വരാറ്. നീ നന്മയൊള്ളോനാ. എന്നെ നെഞ്ചിനുള്ളീ വച്ച് ആരാ ധിക്കുന്നോനാ. അതാ ഞാൻ വന്നത്. പിണങ്ങല്ലേടാ കോലപ്പാ."

അയാൾക്ക് സന്തോഷമായി. ദൈവത്തിന്റെ കൈപ്പത്തികൾ ചേർത്തുവച്ച് അതിനുള്ളിൽ അയാൾ മുത്തി. എന്നിട്ട് നിറഞ്ഞ കണ്ണുക ളോടെ മുഖമുയർത്തി പറഞ്ഞു:

"അറിവില്ലാത്തോണ്ടാ, എന്നോട് പൊറുക്കണേ."

"പോട്ടടാ കോലപ്പാ. അപ്പോ നമ്മളെന്താ പറഞ്ഞുവന്നത് ബീഫ് തിന്നുന്ന കാര്യല്ലേ. നെനക്ക് വലിയ ഇഷ്ടമുള്ള കാര്യമല്ലേ നമുക്ക് അതി നേക്കുറിച്ച് തന്നെ പറഞ്ഞിരിക്കാം എന്താ."

കോലപ്പന്റെ മുഖം തെളിഞ്ഞു. ദൈവത്തിനും ബീഫ് ഇഷ്ടമായ മട്ടു ണ്ടെന്ന് ഓർത്ത് ദൈവത്തെ നോക്കി. 'അമ്പട ദൈവമേ' എന്ന ഭാവ ത്തിൽ ചിരിച്ചു. പിന്നെ അത്യുത്സാഹത്തോടെ അയാൾ പറഞ്ഞുതുടങ്ങി.

"എത്ര തരാന്നറിയോ. കുരുമുളകുപൊടി ചേർത്ത് വെളിച്ചെണ്ണേ ലിട്ട് നല്ല ഫ്രൈ ആക്കിയതിന് ബീഫ് പെപ്പർഫ്രൈ എന്നാ പറയാ, എന്നാ ടേസ്റ്റ്. നമ്മുടെ കുമാരേട്ടന്റെ കടേല് കിട്ടും. അവിടത്തെ സ്പെഷൽ അതാ. എരും രുചീം നാക്കിലങ്ങനെ നിക്കും. പിന്നെ വറുത്തരച്ച കറി. തേങ്ങ നന്നായി വറുത്തരച്ച് കറുവപ്പട്ടേം ഗ്രാമ്പുമൊക്കെ ചേർത്ത്, ന്റമ്മേ ഓർക്കുമ്പോ വായില് വെള്ളം നെറയുന്നു. കപ്പ ബിരിയാണി, സ്റ്റ്യൂ, സോസൊക്കെ ചേർത്ത നീളത്തിലുള്ള ചില്ലി... പറഞ്ഞാത്തീരൂലാ... അങ്ങനെ എത്രയാതരം. ഒന്നും വേണ്ട. വെറുതേ മൊളകു പൊടീം വെളി ച്ചെണ്ണേം ഉപ്പും ചേർത്ത് നന്നായി വറുത്തെടുത്താ അതിനു മാത്രം പണി യില്ല. അതിനുള്ള ടേസ്റ്റു പോലും ലോകത്തി ഒറ്റ തീറ്റിസാധനത്തിനും കിട്ടുന്ന് തോന്നുന്നില്ല."

കോലപ്പൻ തുടരാൻ ഭാവിക്കവേ ദൈവം ഇടയിൽ ചാടി. "കോലപ്പാ" എന്നു വിളിച്ച് എന്തോ പറയാൻ വായ തുറന്നതും അഞ്ചാറുതുള്ളി തുപ്പല് രണ്ടുമീറ്റർ അകലത്തിലായിരുന്ന കോലപ്പന്റെ മുഖത്ത് തെറിച്ചു. വല തുകൈകൊണ്ട് കോലപ്പൻ അതു തൂത്തുകൊണ്ടിരിക്കെ ദൈവം ചോദിച്ചു.

"ടാ. കോലപ്പാ ഇനി എവിടാ ബീഫ് ഫെസ്റ്റ് ഒള്ളത്."

കാത്തുമണി

സുബൈദയുടെ കഥ കേട്ടപ്പോൾ എനിക്ക് എന്തെന്നില്ലാത്ത ദുഃഖം തോന്നി.

"കർത്താവേ ഇവളെ കാത്തുകൊള്ളണമേ."

എന്ന് ഞാൻ മനസ്സിൽ പ്രാർത്ഥിച്ചു. പിന്നെ പറഞ്ഞു:

"സാരില്ല്യ പോട്ടെ, അയാൾടടുത്ത് പോകാതിരുന്നാ മതി. ഉപ്പ ഒള്ളപ്പം എന്തേലും പറഞ്ഞ് മാറി നിന്നോണം. ഉമ്മേടടുത്തൂന്ന് മാറുകേം വേണ്ട."

അവൾ തലയാട്ടി. പിന്നെ തട്ടത്തുമ്പുകൊണ്ട് കണ്ണുതുടച്ചു.

ഞാനും അവളും അഞ്ച് എയിലാണ്. അവൾ എന്നെപ്പോലെയല്ല. പ്രായത്തേക്കാൾ ഉയരവും വണ്ണവുമുണ്ട്. കാണാൻ നല്ല മൊഞ്ചത്തി. ഒന്നു മുതൽ അഞ്ചുവരെ ഞങ്ങൾ ഒരേ ക്ലാസിലായിരുന്നു. എനിക്ക് അവളെ ഭയങ്കര ഇഷ്ടമാണ്. അവൾക്ക് എന്നേയും. വീട്ടിൽ വിശേഷപ്പെട്ട എന്തുണ്ടാക്കിയാലും അവൾ പാവാടയുടെ പോക്കറ്റിൽ പൊതിഞ്ഞിട്ട് കൊണ്ടുവന്ന് രഹസ്യമായി എനിക്ക് തരും. ഞാൻ തിരിച്ചും.

കുറച്ചുനാളായി അവൾക്ക് അത്ര പ്രസരിപ്പില്ല. വെളിക്കുപോകു മ്പോഴും ഉണ്ണുമ്പോഴും സ്കൂൾ വിട്ട് ഒരുമിച്ച് പോകുമ്പോഴുമൊക്കെ പല തവണ ഞാൻ കാരണമന്വേഷിച്ചെങ്കിലും അവൾ കണ്ണടച്ച് ചിരി മറയ്ക്കു ന്നെന്ന ഭാവത്തിൽ ഒഴിഞ്ഞു മാറിക്കൊണ്ടിരുന്നു.

ഒരു ദിവസം ഉച്ചയ്ക്ക് ചോറിനുള്ള ബെല്ലടിച്ച ഉടനെ അവൾ എന്റെ അടുത്തുവന്ന് ചെവിയിൽ മന്ത്രിച്ചു.

"നിക്ക് ഒന്നു പറയാനുണ്ട്. വേഗം തന്നെ സ്റ്റേജിന്റെ പെറകിവാ."

അങ്ങനെയാണ് അവളുടെ കഥ കേട്ടത്. ഏതെങ്കിലും അപ്പന് മക ളോട് അങ്ങനെയൊക്കെ തോന്നുമോ എന്ന് എനിക്ക് അത്ഭുതം തോന്നി. എന്റെ പൊന്നപ്പൻ ഒരിക്കലും അങ്ങനെയാകാൻ കഴിയില്ല. എന്നെനിക്ക് ആയിരം തവണ ഉറപ്പായിരുന്നു

പിന്നെയും ഞാൻ കഥ കേട്ടു. പ്രമീളയുടേത്. അവളും എന്റെ ക്ലാസിൽ തന്നെയാണ്. സുബൈദയാണ് അവളെ എന്റെ അടുത്ത് കൊണ്ടുവന്നത്. അമ്മാവനാണ് പ്രശ്നക്കാരൻ. ഞങ്ങൾ രണ്ടാളും ചേർന്നാണ് അവളെ സമാധാനിപ്പിച്ചത്. സ്ഥലം സ്റ്റേജിന്റെ പിൻവശം തന്നെ.

"നീ അയാക്കടെ വീട്ടി കളിക്കാമ്പോലും പോണ്ട. ഇങ്ങോട്ടു വന്നാ വല്യ മിണ്ടാട്ടത്തിനും നിക്കണ്ട."

മേരിക്കുട്ടിയുടെ കഥയിൽ അയൽവാസി റോബിയായിരുന്നു ശല്യക്കാരൻ. ശനിയാഴ്ച അപ്പനും അമ്മയും പണിക്കുപോകാൻ കാത്തിരിക്കും അയാൾ. പിന്നെ എന്തേലും പറഞ്ഞ് എത്തും. തൊട്ടയൽപ്പക്കമായതിനാൽ മുറ്റത്തേക്ക് കയറുന്നത് മറ്റാർക്കും കാണാനും പറ്റില്ല. ഒന്നുരണ്ടു തവണ കയറി പിടിക്കാൻ ശ്രമിക്കുകയും ചെയ്തു. ഇപ്പോൾ ശനിയാഴ്ച കതകടച്ച് ഒറ്റയിരുപ്പാണ്. അയാളുടെയും മേരിക്കുട്ടിയുടേയും അപ്പനമ്മമാർ തമ്മിൽ നല്ല സുഹൃത്തുക്കളായതിനാൽ ഇതൊക്കെ പുറത്തു പറയാൻ പറ്റത്തുമില്ലായിരുന്നു. മാത്രമല്ല റോബി അവിടെ ഉള്ള ദിവസങ്ങളിൽ പേടിക്കേണ്ടല്ലോ എന്ന് അവളുടെ അമ്മ ഇടയ്ക്ക് പറയാറുണ്ടത്രേ. അവളുടെ കഥ കേട്ടുകൊണ്ടിരിക്കെയാണ് പ്രമീള ഹെഡ്മാഷ് ശ്രീധരനെക്കുറിച്ചു ചിലത് പറഞ്ഞത്.

"ചൂരലു പിടിച്ച് പഹയന്റെ വരവ് എന്തിനാന്നാ നീയൊക്കെ കരുതീരിക്കുന്നെ. അങ്ങേർക്കടെ ശല്യം കൂടീപ്പോ ഇസ്കൂളീ വൈകുന്നേരം വെളിക്കുപോണത് ഞാനങ്ങ് നിർത്തി. എന്നാലും പാത്തും പതുങ്ങീ മൊള്ള വരവു കാണുമ്പം ഓക്കാനം വരും."

അവൾ അതു പറഞ്ഞു നിർത്തിയ ഉടനെ മേരിക്കുട്ടിയും സുബൈ ദയും ഞാൻ പറയാമെന്നു കരുതിയത് പറഞ്ഞു. "ഒളിക്കണ്ണിട്ടു മേലേ ലൊക്കെ നോക്കി അയാളു വരുമ്പോ നമ്മള് ഓടിമാറണത് പേടികൊ ണ്ടാണന്നാ അങ്ങേർ കരുതീരിക്കുന്നേ. മാഷമ്മാര് തന്നെ ഇങ്ങനൊക്കെ തൊടങ്ങിയാ പിന്നെ കഷ്ടാ." മേരിക്കുട്ടി ശബ്ദം താഴ്ത്തി പിറുപിറുത്തു.

"എട്ടിലെ ചെല ചെക്കന്മാര് എടയ്ക്ക് ബന്ന് നോക്കണത് കണ്ടി ട്ടില്ലേ ഇങ്ങള്. ബല്ലാത്ത വഹകള്. നിങ്ങക്കടെയൊക്കെ അമ്മമാർ മുത്രോ ഴിക്കുമ്പോ നോക്കാന്ന് ഒരിക്ക ഞാഞ്ചോദിച്ചു. എന്താപ്പ ചെയ്ക. ആകെ ഒരുമൂത്രപ്പൊര ഒള്ളോന്ന് ഒയരത്തീ മതിലൂല്ല. അവന്മാരക്ക് എന്താ നല്ല സുഖല്ലേ. എപ്പോ വേണേലും എങ്ങോട്ടു മാറിനിന്നാലും കാര്യം കഴി ക്കാം. ക്യൂനിക്കണ നമ്മക്കടെ കാര്യാ കഷ്ടം. മാഷമ്മാർക്കും ഒന്നും അറി യേണ്ട. എത്ര കക്കൂസാ ഓരിക്ക് ഒള്ളത്."

അരിശം കൊണ്ട് സുബൈദയുടെ മുഖം ചുവന്നു തുടുത്തു.

അപ്പന്റെ ചേട്ടന്റെ മോൻ സഭ്യമല്ലാത്തത് പലതും പറയുന്നെന്നും ആരുമില്ലാത്ത സമയം നോക്കി എത്തി ഉമ്മവയ്ക്കാൻ ശ്രമിച്ചെന്നും ശല്യ പ്പെടുത്തുന്നെന്നുമായിരുന്നു റോസിയുടെ കഥ. ഇത് ഞാൻ നേരിട്ടു കേട്ട തല്ല മേരിക്കുട്ടി കേട്ട് പറഞ്ഞതാണ്.

പത്രത്തിലും ടി വിയിലും ഇത്തരം വാർത്തകൾ നിരവധി തവണ കണ്ടിട്ടുണ്ടെങ്കിലും ഒരു ക്ലാസിൽ ഇത്രമാത്രം പേർ ഉണ്ടാകുന്നത്ര

സംഗതി വ്യാപകമാണെന്ന് കരുതിയിരുന്നില്ല. മാത്രമല്ല, ഇത്തരം വാർത്തകൾ ഞാൻ വായിക്കുന്നതും ടി വിയിൽ കാണുന്നതും അമ്മ വിലക്കുമായിരുന്നു.

"വല്ലയിടത്തും വല്ലപ്പോഴും ഉണ്ടാകുന്ന വൃത്തികെട്ട വാർത്തകൾ എന്തിനാ നീ അറിയുന്നേ." എന്നു പറഞ്ഞ് അതിനെ അപൂർവ്വ പ്രതിഭാ സമാക്കാനായിരുന്നു ശ്രമിച്ചിരുന്നത്.

"നീയൊരു ഭാഗ്യവത്യാ. നിക്കൊരു പ്രശ്നോം ഇല്ലല്ലോ."

ഇക്കാര്യത്തിൽ സംസാരിക്കുമ്പോൾ ഇടയ്ക്കിടെ സുബൈദ ഇങ്ങനെ പറഞ്ഞ് നെടുവീർപ്പിടുമായിരുന്നു.

ശരിയാണ്, എനിക്ക് ഇത്തരം പ്രശ്നങ്ങൾ അന്നുവരെ ഒരിക്കലും നേരിടേണ്ടി വന്നിട്ടില്ലായിരുന്നു. എന്നെങ്കിലും അത്തരം കാര്യങ്ങളിൽ പെടുമെന്ന് കരുതിയുമില്ല. പക്ഷേ, എല്ലാ സംഭവിച്ചു. ഒരു പെൺകുട്ടിക്കും ഒരിക്കലും ഉണ്ടായിട്ടില്ലാത്ത അനുഭവം. ജീവിതം കീഴ്മേൽ മറിയാൻ ഒരു നിമിഷം മതിയല്ലോ.

ഞാൻ എന്നെ പരിചയപ്പെടുത്താൻ മറന്നു. ഞാനാണ് ഇക്കഥയിലെ കാത്തുമണി. സ്കൂൾ രജിസ്റ്ററിലൊഴിച്ച് എല്ലാവർക്കും ഞാൻ കാത്തു വാണ്. ഏറെ കാത്തിരുന്നു കിട്ടിയ കൺമണി ആയതിനാലാണത്രെ എനിക്ക് കാത്തുമണി എന്ന് പേരിട്ടത്രേ. സ്കൂളിൽ ചേർക്കുന്ന അന്ന് പേരിന്റെ അർത്ഥം ചോദിച്ച ഹെഡ്മാസ്റ്റർക്ക് അപ്പൻ നല്കിയ മറുപടി യായിരുന്നു അത്. സംഗതി ശരിയാണ് കല്യാണം കഴിഞ്ഞ് കാത്തിരുന്ന് കാത്തിരുന്ന് ആറു വർഷങ്ങൾക്കു ശേഷമാണത്രേ ഞാനുണ്ടായത്.

അന്നൊരു വെള്ളിയാഴ്ചയായിരുന്നു അഞ്ചാം ക്ലാസിലെ കൊല്ല വർഷ പരീക്ഷയുടെ അവസാന ദിവസം. അന്നായിരുന്നു അപ്പന്റെ മരണം. അന്നുവരെ അപ്പന്റേയും അമ്മയുടേയും നടുക്കായിരുന്നു എന്റെ ഉറക്കം. അത്രയ്ക്ക് ഇഷ്ടായിരുന്നു രണ്ടുപേർക്കും എന്നെ. ഒറ്റ ദിവസംപോലും അപ്പന് എന്നെ കാണാതിരിക്കാനാകുമായിരുന്നില്ല. ഓഫീസ് ആവശ്യ ത്തിന് എപ്പോഴെങ്കിലും മാറി നില്ക്കേണ്ടി വന്നാൽ അപ്പന് അന്ന് ഉറക്ക മില്ല. ഇടയ്ക്കിടെ വിളിച്ചുകൊണ്ടിരിക്കും. എന്റെ സ്വരം കേൾക്കണം. വിളി നിലയ്ക്കുന്നത് ഞാൻ ഉറങ്ങിയശേഷമായിരിക്കും.

അന്ന് അതായത് അപ്പൻ മരിച്ച അന്ന് എന്നെ ഒരുക്കാൻ അമ്മയും അമ്മ വിളിച്ചുണർത്തി ഞാനും എഴുന്നേറ്റു. ഏഴരയ്ക്കത്തെ സ്കൂൾ ബസിൽ കയറി പരീക്ഷാ ഹാളിൽ എത്തുകയും ചെയ്തു. ഞാൻ പോയ ഉടനെയാണ് അമ്മ പതിവുപോലെ ചായയുമായി അപ്പനെ വിളിക്കാൻ ചെന്നതും അനക്കമില്ലാതെ കണ്ടതും. ഒന്നും ഞാൻ അറിഞ്ഞില്ല. എന്നും വൈകുന്നേരം കിട്ടാറുള്ള പുന്നാരമുത്തം കാത്ത് ചെന്ന ഞാൻ ദൂരെ നിന്നും കണ്ടത് വീട്ടിലെ വലിയ ആൾക്കൂട്ടമായിരുന്നു.

ഉച്ചപ്പരീക്ഷ കഴിഞ്ഞതും പതിവില്ലാതെ എന്നെ ഓഫീസിലേക്ക് വിളിപ്പിച്ചപ്പോൾ ഞാൻ അതിശയിച്ചു. അപ്പൻ കഴിഞ്ഞാൽ ഞാൻ ഏറ്റവും സ്നേഹിക്കുന്ന, എനിക്ക് ഓർമ്മയുള്ളപ്പോൾ മുതൽ എന്നെ സ്നേഹ ലാളനകൾകൊണ്ട് പൊതിയാറുള്ള തൊട്ടടുത്ത വീട്ടിലെ റഷീദിക്കയെ ഓഫീസിൽ കണ്ടത് എന്നെ അല്പം അതിശയിപ്പിക്കാതിരുന്നില്ല.

'അപ്പൂപ്പ' എന്ന് ഞാൻ സ്നേഹപൂർവ്വം വിളിച്ചിരുന്ന ഇക്കയോടൊപ്പം കാറിലാണ് ഞാൻ വീട്ടിലേക്ക് പോയത്.

"ഈ വയി ബന്നപ്പോ കേറീന്നേയുള്ളൂ. പിന്ന ഞമ്മക്കട കാറുണ്ടല്ലോ."

എന്റെ പ്രിയപ്പെട്ട അപ്പൂപ്പയുടെ സ്വരത്തിൽ വിഷാദം പടർന്നിരുന്നത് ഞാൻ ശ്രദ്ധിക്കാതിരുന്നില്ല. അദ്ദേഹത്തിന്റെ വാചാലത ആരോ ആണിയടിച്ച് തുറവില്ലാതാക്കിയതുപോലെയായിരുന്നു.

നാളുകൾ കഴിഞ്ഞു. ശബ്ദമുഖരിതമായിരുന്ന വീട്ടിൽ കണ്ണീരൊഴുക്കി ഞാനും അമ്മയും മാത്രം. കുറച്ചുനാൾ വല്യമ്മയുണ്ടായിരുന്നു.

ജയിംസ് എന്നായിരുന്നു അയാളുടെ പേര്. അയാൾ എന്നാൽ അമ്മ യുടെ രണ്ടാം ഭർത്താവ്. എനിക്ക് അങ്ങനെ വിളിക്കാനാണ് തോന്നുന്നത്. കാരണം, ഒരിക്കലും ഒരുതരി ബഹുമാനമോ സ്നേഹമോ അർഹിക്കാത്ത അയാൾ കാരണമാണ് എനിക്ക് ഇന്നീ ഗതി വന്നിരിക്കുന്നത്.

അച്ഛൻ മരിച്ച് ആറുമാസം കഴിയുന്നതിനു മുമ്പേ അമ്മയ്ക്ക് കല്യാണാലോചന തുടങ്ങി. അമ്മാവനായിരുന്നു എല്ലാത്തിനും മുന്നിൽ.

"പോയവർ പോയി. ഇനി നിനക്കും കാത്തുവിനും ആരുണ്ട്. ഇപ്പ ഴാണേൽ നടക്കും. ഒന്നൊത്തു വന്നിട്ടുണ്ട്. മിടുക്കനാ. കല്യാണം കഴി ഞ്ഞതാണെങ്കിലും മക്കളില്ല. ഭാര്യ ഒരു വർഷം മുമ്പാ മരിച്ചത്. നമ്മളെ പ്പോലെ തന്നെ അത്യാവശ്യം കാശൊക്കെയുണ്ട്. നിങ്ങളെ പൊന്നു പോലെ നോക്കിക്കൊള്ളും."

മൂത്തമ്മവനാണ് കാര്യം അവതരിപ്പിച്ചത്. രണ്ടാമത്തെ ജോസഫ ങ്കിൾ പിന്താങ്ങി. രണ്ടു പേരും തീരുമാനിച്ചുറപ്പിച്ചു വന്നതുപോലെ. പ്രതി ഷേധിച്ചിട്ടും കാര്യമില്ല എന്നറിയാവുന്നതു കൊണ്ടോ പ്രതികരിക്കാൻ കരഞ്ഞുതളർന്ന പാവത്തിന് ശക്തിയില്ലാത്തതുകൊണ്ടോ എന്നറിയില്ല അമ്മ കണ്ണുനീർ ഒഴുക്കിക്കൊണ്ടുനിന്നു. അച്ഛൻ മരിച്ച അന്നുമുതൽ അമ്മ അങ്ങനെയാണ്. കണ്ണുനീർ തോർന്ന ദിവസം ഉണ്ടായിട്ടില്ല.

അയാളുടെ ചില നോട്ടങ്ങളും സംസാരവും ആദ്യമാദ്യം ഞാനത്ര കാര്യമാക്കിയില്ല. അതിരുകടന്നപ്പോൾ സംഗതി ശരിയല്ലെന്നു തോന്നി. അമ്മയോടു പറഞ്ഞാലോ എന്നാലോചിച്ചു. പിന്നെ വേണ്ടെന്നുറപ്പിച്ചു. രണ്ടാം കല്യാണം കഴിഞ്ഞ് ആറുമാസം കൊണ്ട് അമ്മയ്ക്ക് പഴയ പ്രസ രിപ്പ് പകുതിയെങ്കിലും തിരികെ കിട്ടിയിരുന്നു. എന്തിന് അത് നശിപ്പി ക്കണം എന്നാണ് ഞാൻ ചിന്തിച്ചത്. പാവം അമ്മ.

അവസാനം കാര്യം സുബൈദയോട് പറഞ്ഞു. സംഗതി കഴിഞ്ഞ പ്പോൾ മനസ്സിന്റെ ഭാരം പകുതി കുറഞ്ഞെന്നു തോന്നി.

"സാരില്യ കാത്തൂ. അമ്മയില്ലാത്തപ്പം പൊരയ്ക്കിരിക്കേണ്ട. അതാ എപ്പോം നല്ലത്. ഞാങ്കണ്ടില്ലേ അതോണ്ട് ഇപ്പം ബല്യ പ്രശ്നീല്ല." അവൾ പറഞ്ഞു ഞാൻ തലയാട്ടി.

"അതുകൊള്ളാം. നിന്റെ പേരിന്റെ അർത്ഥം നിനക്കറിയില്ലേ?"

ഒരു ദിവസം ക്ലാസിൽ വൈകിയപ്പോൾ മലയാളം ടീച്ചറുടേതായി രുന്നു ചോദ്യം. അന്നുവരെ എന്നോട് ആരും ചോദിക്കാത്ത ചോദ്യം. കാത്തിരുന്നുണ്ടായവളായതിനാൽ അല്പം കൊഞ്ചൽ ചേർത്ത് അമ്മ

യിട്ടപേരായിരിക്കും എന്നായിരിക്കാം ഞാൻ ധരിച്ചിരുന്നതുപോലെ മറ്റു ള്ളവരും കരുതിയിരുന്നത്.

"ഇല്ല ടീച്ചർ." ഞാൻ പറഞ്ഞു.

"എന്നാലേ സമയം അറിയിക്കുന്ന ശബ്ദം എന്നാണുത്തോ. ഇനി ബെല്ല ടിക്കുന്നേനു മുമ്പ് കൃത്യമായി ക്ലാസിൽ കേറിക്കോണം കേട്ടോ."

ഞാൻ തലയാട്ടി.

അന്നുമുതൽ ഞാൻ വളരെ ശ്രദ്ധിച്ചു. ഒരിക്കൽപ്പോലും ക്ലാസിൽ വൈകാതിരിക്കാൻ വെളിക്കു പോകാനുള്ള ക്യൂവിൽ ആദ്യം തന്നെ ഞാൻ സ്ഥാനം പിടിക്കുമായിരുന്നു. ഏറെ വിമ്മിട്ടത്തോടെ ചെയ്തിരുന്ന ഒരു പ്രവൃത്തിയായിരുന്നു ആ കാത്തിരിപ്പ്.

ഒരു ദിവസം രാത്രി ബെഡ്റൂമിൽനിന്ന് അമ്മയുടെ ശബ്ദം ഉയർന്നു.

"മകളാണെന്നോർക്കണം. നിങ്ങളെ ഇനി എങ്ങനെ വിശ്വസിക്കും. എങ്ങനെ അവളെ തനിയെ ഇവിടെ ഇരുത്തിയിട്ടു പോകും."

ഞാനുറങ്ങി എന്നു കരുതിയാവണം അമ്മയുടെ ശബ്ദം വളരെ ഉച്ച ത്തിലായിരുന്നു.

പിന്നീടുള്ള ദിവസങ്ങളിൽ അമ്മ എന്റെ കാര്യത്തിൽ പ്രത്യേക ശ്രദ്ധ പുലർത്തുന്നതായി എനിക്ക് തോന്നി. എപ്പോഴും എന്റെ ഒപ്പം ഉണ്ടാകും. കുളിക്കാൻ പോയാൽ പോലും കുളിമുറിക്ക് ചുറ്റിപ്പറ്റി നില്ക്കും. അമ്മയ്ക്ക് കാര്യം എങ്ങനെയോ മനസ്സിലായിട്ടുണ്ട് എന്ന് ഞാനുറപ്പിച്ചി രുന്നതിനാൽ ഇക്കാര്യത്തെക്കുറിച്ച് ഒന്നും ഞാൻ ചോദിച്ചുമില്ല.

പിന്നെയുള്ള ദിവസങ്ങളിൽ തൊട്ടതിനും പിടിച്ചതിനുമൊക്കെ അമ്മയ്ക്ക് വലിയ അരിശമായിരുന്നു. എന്റെ നേരെ ഒരിക്കലും മുഖം കറുപ്പിക്കുകപോലും ചെയ്തിട്ടില്ലാത്ത അമ്മയ്ക്ക് എന്താണ് പറ്റിയതെന്ന് എനിക്ക് ഊഹിക്കാവുന്നതേ ഉണ്ടായിരുന്നുള്ളൂ. എങ്കിലും എന്നെ പൊത്തിപ്പിടിച്ച് എന്നോടൊപ്പമായിരുന്നു പിന്നീടുള്ള രാത്രികളിലെ കിടപ്പ്.

ഇത്ര സുഖിക്കാതിരുന്ന അയാൾ അമ്മയുമായി പല ദിവസവും കലഹിച്ചു. ചില ദിവസങ്ങളിൽ പിടിച്ചു തള്ളി. കൈകൊണ്ട് ഒന്നും രണ്ടും അടിയും നല്കി കലി തീരാതെ ആക്രോശിച്ച് കൈ ഓങ്ങി നില്ക്കും. പിന്നെ കതക് ശബ്ദത്തിൽ അടച്ച് കുറ്റിയിട്ട് കിടക്കും.

ഒരുദിവസം ബഹളം അധികമായി. പിടിവലിക്കും അടികൾക്കുമിടെ അമ്മയുടെ നെറ്റി ഭിത്തിയിലിടിച്ച് ചോര പൊടിഞ്ഞു. വീണ്ടും അമ്മയ്ക്ക രികിലേക്ക് ഓടിയടുത്ത അയാളെ പിടിച്ചുമാറ്റാൻ ചെന്ന എന്നെ തള്ളി എറിഞ്ഞു. കട്ടിലപ്പടിയിൽ തലയിടിച്ച് രക്തം ചീറ്റി. പതിവിനു വിപരീത മായി അയാൾ കൊടുങ്കാറ്റുപോലെ പുറത്തേക്ക് പോയി.

പിറ്റേന്ന് ഞാൻ സ്കൂളിൽ പോയില്ല. എന്നെങ്കിലും സംഗതികൾ നേരെയാകുമെന്നു കരുതിയിരുന്ന ഞാൻ, കണ്ണീരൊഴുക്കാൻ വേണ്ടി മാത്രമുള്ളതാണ് ഇനി എന്റെയും അമ്മയുടെയും ജീവിതം എന്ന് അന്നാദ്യമായി ഉറപ്പിച്ചു.

അന്ന് അയാൾ വന്നില്ല. പകൽ മുഴുവൻ ഞാനും അമ്മയും കരഞ്ഞു തീർത്തു. ഇടയ്ക്കിടെ മരുന്നു പുരട്ടി മടിയിൽ കിടത്തി എന്നെ ആശ്വ

സിപ്പിച്ചുകൊണ്ടും കണ്ണുനീർ തുടച്ചുകൊണ്ടുമിരുന്നു. ഭക്ഷണം കഴി ക്കാൻ രണ്ടുതവണ എന്നെ നിർബ്ബന്ധിച്ചെങ്കിലും എനിക്ക് കഴിഞ്ഞില്ല. എന്നിട്ടും രണ്ടോ മൂന്നോ ഉരുള നിർബ്ബന്ധിച്ച് തീറ്റിച്ചു.

അങ്ങനെ കിടന്ന് എപ്പോഴോ ഞാനുറങ്ങിപ്പോയി.

ഒരു തേങ്ങലാണ് എന്നെ ഉണർത്തിയത്. അത് അമ്മയായിരുന്നു. ചുറ്റും ഇരുട്ട്.

"അമ്മ എന്താ ഉറങ്ങാത്തെ?" ഞാൻ ചോദിച്ചു.

"മോളുറങ്ങിക്കോ. നന്നായുറങ്ങിക്കോ."

പിന്നെ ഒരു പൊട്ടിക്കരച്ചിലായിരുന്നു. ഒപ്പം എന്നെ വളരെ ബല മായി പിടിച്ചു. എന്റെ മേൽ എനിക്ക് അനങ്ങാൻ പറ്റാത്തവിധം അമർന്നു. എനിക്ക് ശ്വാസം മുട്ടി. അല്ല എന്നെ കഴുത്തിൽ കൈ അമർത്തി ശ്വാസം മുട്ടിക്കുകയായിരുന്നു എന്ന് അപ്പോഴാണ് എനിക്ക് മനസ്സിലായത്. അധികം കഴിയാതെ ഞാൻ നിശ്ചലയായി. പിന്നെ ഞാൻ കാണുന്നത് അലമുറയിട്ട് ഓടുന്ന അമ്മയെയാണ്. സാരിയുമായി ഫാനിൽ കുരുക്കി ടുന്ന അമ്മയെ കണ്ട് ഞാൻ അലറിവിളിച്ചു. പിന്നെ ശബ്ദം പുറത്തുവ ന്നില്ല. കാരണം എനിക്ക് പറക്കാനും കാണാനും ഉള്ള കഴിവ് മാത്രമേ ഉണ്ടായിരുന്നുള്ളൂ.

നേരം പുലർന്ന് അയാൾ എത്തി അലമുറയിട്ട് ആളുകൾ കൂടുന്ന തുവരെ നിശ്ചലയായി തൂങ്ങിക്കിടന്ന അമ്മയെ തൊട്ടുരുമ്മി ചുറ്റും ഞാൻ പറന്നു കൊണ്ടിരുന്നു.

അമ്മയോടൊപ്പം ഒരു കുഴിയിലായിരുന്നു എന്നെയും അടക്കം ചെയ്തത്. അമ്മൂമ്മയും അമ്മാവന്മാരും മറ്റു ബന്ധുക്കളും കരഞ്ഞു തളർന്നു. സുബൈദ എന്നെ കെട്ടിപ്പിടിച്ചു കരഞ്ഞു. അയാളുമുണ്ടായി രുന്നു. കരഞ്ഞു തളർന്നവൻ എന്ന ഭാവമായിരുന്നു മുഖത്ത്.

ഞാൻ കാത്തിരിക്കുകയാണ്. എന്റെ കൂട്ടുകാരികൾ ക്യൂനിന്ന് വിഷ മിക്കാതെ ബാത്ത്റൂമിൽപോകുന്ന ഒരു ദിവസം ഉണ്ടാകാൻ വേണ്ടി, സ്ത്രീകളെ ഉപഭോഗ വസ്തുവായി കാണാത്ത‌– ഏതു പാതിരാത്രിയിലും അവർക്ക് പേടിക്കാതെ ഇറങ്ങി നടക്കാവുന്ന ഒരുദിവസത്തിനു വേണ്ടി, അടിച്ചമർത്താതെ സ്നേഹവും കരുതലും തരുന്ന പുരുഷ സമൂഹത്തി നുവേണ്ടി... എല്ലാ സ്ത്രീകളുടെയും മുഖത്ത് അന്ന് പുഞ്ചിരി നിറയും. അവർ അന്ന് പൂമ്പാറ്റകളെപ്പോലെ പാറി നടക്കും.

ഈ കാഴ്ച കണ്ട് മനം നിറഞ്ഞ് എന്റെ കാത്തിരിപ്പ് അവസാനി ക്കും. അന്നൊരു കാത്തുമണി ഞാൻ കേൾക്കും. അന്നേ എനിക്ക് ഈ ഭൂമി വിട്ട് പോകാനാകൂ.

ഞാൻ കാത്തിരിക്കുന്നു. എന്റെ ആഗ്രഹങ്ങൾ സഫലമാകാൻ വേണ്ടി പ്രാർത്ഥിക്കേണമേ എന്ന് ഞാൻ നിറകണ്ണുകളോടെ നിങ്ങളോട് അപേക്ഷിക്കുന്നു.

എന്ന് നിങ്ങളുടെ കാത്തുമണി.

പച്ചമനുഷ്യൻ*

"When we live our life as if it is an open book, We are free in body, mind, and spirit and allow anyone to read from our pages. Molly Friedenfeld, The Book of Simple Human Truths."

"ഞാൻ നിസ്സഹായനാണ്. എനിക്ക് നിന്നെ നിശ്ചയമായും സഹാ യിക്കാനാവില്ല എന്നു പറഞ്ഞതല്ലേ. പിന്നെന്തിനാണ് ഇങ്ങനെ അപേ ക്ഷിച്ചു വേദനിപ്പിക്കുന്നത്?" അല്പം ശുണ്ഠിയോടെ മഖൻസിങ് ഫോൺ വച്ചു.

ആത്മമിത്രവും ക്രോണിക്കിളിന്റെ കറസ്പോണ്ടന്റുമായ ബച്ചൻസി ങ്ങിന്റെ നിർബ്ബന്ധം തുടങ്ങിയിട്ട് കുറച്ചുദിവസമായി. ഇക്കാര്യം സംബ ന്ധിച്ച് ആദ്യത്തെ ഫോൺ സംഭാഷണം നാലുദിവസം മുമ്പായിരുന്നു എന്നാണ് അയാളുടെ ഓർമ്മ. ഇത് മൂന്നാമത്തെ വിളിയാണ്. പിണ ങ്ങാനും ഇണങ്ങാനും ഒരു മുഖവുരയുടെയും ആവശ്യമില്ലാത്ത ഉറ്റസു ഹൃത്താണ് ബച്ചൻ. ദേഷ്യമാണെന്നു ബോദ്ധ്യമായിട്ടുണ്ടാകും. അതു കൊണ്ട് കമ്പനി കൂടാനുള്ള സാമഗ്രികളുമായി വൈകുന്നേരം ഫ്ളാറ്റിൽ എത്തുമെന്നുറപ്പ്. ഇന്നത്തെ ഔട്ടിങ് മാറ്റിവയ്ക്കാതെ തരമില്ല. മഖൻ കണക്കുകൂട്ടി.

പട്ടാളട്രക്കുകൾ കടന്നുപോകുന്നത് പതിവുപോലെ അയാൾ ജനാ ലയിലൂടെ കണ്ടു. മനസ്സിൽ ശത്രുപക്ഷത്ത് കയറി സ്ഥാനമുറപ്പിച്ചയാ ളുമായി അഭിമുഖത്തിന് കൂടെച്ചെല്ലണം. അതാണ് ബച്ചന്റെ ആവശ്യം.

കുറച്ചു കഥകളും മൂന്നുനാലു പുസ്തകങ്ങളുമെഴുതിയിട്ടുണ്ട് എന്ന തൊഴിച്ചാൽ സാഹിത്യത്തിൽ വലിയ ആളൊന്നുമല്ല മഖൻ. പക്ഷേ, ബിച്ചു

വിന് പണ്ടേ താനൊരു ബുദ്ധിജീവിയാണ്. അത്യാവശ്യം എവിടെ ചെന്നാലും പിടിച്ചു നില്ക്കാൻവേണ്ട എല്ലാ വഹകളും തനിക്കുണ്ടെന്ന് അവൻ ഇടയ്ക്കിടെ ഓർമ്മിപ്പിക്കും. അതുകൊണ്ടുതന്നെ സാഹിത്യലോകത്തെ ആരുടെ അഭിമുഖത്തിനായാലും അവനോടൊപ്പം താൻ നിർബ്ബ ന്ധമാണ്. പഞ്ചാബി സാഹിത്യം മാത്രമല്ല, മറ്റേതും തനിക്കുവഴങ്ങുമെ ന്നാണ് അവന്റെ ഉറച്ച വിശ്വാസം. ലോക സാഹിത്യ സമ്മേളനത്തിൽ ഇന്ത്യയെ പ്രതിനിധീകരിച്ചത് അത്ര ആനക്കാര്യമെന്ന് ഓർക്കാറില്ലെ ങ്കിലും അവൻ പക്ഷേ, മറന്നിട്ടില്ല. വർഷങ്ങൾക്ക് മുമ്പ് ചണ്ഡീഘട്ട് പഞ്ചാബ് യൂണിവേഴ്സിറ്റി ക്യാമ്പസിൽ പഠിച്ചുകൊണ്ടിരിക്കുമ്പോഴായി രുന്നു അത്.

മഖൻസിങ് ഇൻഷുറൻസ് കമ്പനിയിലെ മാനേജരാണ്. ടാർജറ്റ് കൃത്യമായിരിക്കണം. എവിടെ എപ്പോൾ പോയാലും കുഴപ്പമില്ല. അത്യാ വശ്യം നല്ല കോൺടാക്ടുകൾ ഉള്ളതുകൊണ്ട് ഇതേവരെ അതിന് ബുദ്ധി മുട്ടുണ്ടായില്ല. മാസം പകുതി കഴിഞ്ഞപ്പോഴേക്ക് എല്ലാ മാസത്തേയും പോലെ ഏകദേശം കണക്കുതികയാറായി. അടുത്ത ബിസിനസുകൂടി ക്ലോസ് ചെയ്താൽ സംഗതി ഓകെ. അതിന് എങ്ങോട്ട് പോകണം, ആരെ വിളിക്കണം എന്നു ചിന്തിച്ചിരിക്കെ ബച്ചൻ സിങ്ങിന്റെ വാഹനത്തിന്റെ ശബ്ദം കാതിലെത്തി. അല്പ സമയത്തിനുള്ളിൽ പടികൾ കയറി അയാളും.

"നീ ചതിക്കരുത്, നിർബ്ബന്ധമായും വരണം. നിന്നെപ്പോലെ സർവ്വതും വെട്ടിത്തുറന്നു പറയുന്ന പ്രകൃതമാണ് അത്രയേയുള്ളൂ."

സംഗതി ലഘൂകരിച്ച് കാര്യങ്ങൾ അവന്റെ വഴിക്കാക്കാനുള്ള ശ്രമ മാണ് ബച്ചൻ നടത്തുന്നത് എന്ന് മഖന് തിരിച്ചറിയാൻ വിഷമമുണ്ടാ യില്ല.

"അഹങ്കാരി, ഇത്രയും പാടില്ല. സംസാരത്തിൽ അല്പം അയഞ്ഞു എന്നു കരുതി ആകാശം ഇടിഞ്ഞുവീഴുമോ? എനിക്കിഷ്ടമല്ല. നീ വേണോങ്കി പൊയ്ക്കോ."

മഖൻ തീർത്തെന്നപോലെ പറഞ്ഞ് ഫോൺ ഡയൽ ചെയ്യാൻ തുടങ്ങി.

"ചതിക്കരുത്. നാളെത്തന്നെ ഫയൽ ചെയ്യാനുള്ളതാ. അപ്പോ യന്റ്മെന്റ് കിട്ടി. നീ വന്നേ പറ്റൂ."

"വായ തുറന്ന് വല്ലതും പറയുന്നയാളാണെങ്കിൽ കൊള്ളാം. കടി ച്ചുമുറിച്ച് അളന്നു കുറിച്ച് വാക്കുകൾ തൊടുക്കുന്നയാളോട് തോറ്റുകൊ ടുക്കാൻ നിനക്കേ പറ്റൂ. നീ പൊയ്ക്കോ."

വീണ്ടും റിസീവർ കൈയിലെടുക്കുന്നത് ബച്ചൻ തടഞ്ഞു.

"പണ്ടാരമടങ്ങാൻ... ഞാൻ വെറുതേ കാഴ്ചക്കാരനായി നിന്റെ്ൊപ്പം ഇരിക്കത്തേയുള്ളൂ. എന്നിൽനിന്ന് ഒരു സഹായവും പ്രതീക്ഷിക്കേണ്ട. ഞാൻ വായ തുറക്കില്ല. സമ്മതമെങ്കിൽ വരാം."

"മതി, മതി നീയൊന്നു കൂടെ വന്നാൽ മാത്രം മതി."

അങ്ങനെയാണ് ശുണ്ഠിക്കാരനായ പ്രസിദ്ധ സാഹിത്യകാരനെ കാണാൻ അവർ പുറപ്പെടുന്നത്. സമയം ഉച്ചകഴിഞ്ഞ് മൂന്നുമണി. മൂന്ന രയ്ക്കാണ് എത്തേണ്ടത്. പത്തുമിനിട്ടോളം കാറിൽ പോകാം. അവിടം വരെയാണ് വാഹനങ്ങൾക്ക് പ്രവേശനമുള്ളത്. പിന്നെ അതിനിരട്ടിയോളം നടക്കണം. പട്ടാളക്യാമ്പിനുള്ളിലൂടെ നാട്ടുകാർക്ക് കുറുക്കുവഴി പണ്ടേ യുള്ളതാണ്.

യാത്രാമദ്ധ്യേ ബിച്ചു അവന്റെ പുതിയ സുഹൃത്ത് ഗൗരിയെക്കുറിച്ച് വാചാലനായി. അവളുടെ സൗന്ദര്യവും മാസ്മരികതയും ആവോളം അവന്റെ വാക്കുകളിൽ ഇറങ്ങി അയാളുടെ ഹൃദയത്തെ തഴുകിയു ണർത്തിക്കൊണ്ടിരുന്നു. പക്ഷേ, ദാരിദ്ര്യം നിറഞ്ഞ അവളുടെ അവസ്ഥ യിലേക്ക് വിവരണം എത്തിയപ്പോഴേക്കും മഖൻ കരഞ്ഞുപോയി. അവ ളെയും അമ്മയെയും സഹായിക്കണമെന്നു തോന്നി. എന്നാൽ വീട്ടിലെ പ്രാരാബ്ധങ്ങളോർത്തപ്പോൾ അയാൾക്ക് തളർച്ചയുണ്ടായി. പെട്ടെന്ന് കാലവർഷം കനത്തപോലെ പെരുംമഴയെത്തി.

തണ്ടും വലയുമായി മീൻപിടിക്കാൻ പോകുന്ന ഏതാനും പേർ അവരെ മുറിച്ച് കടന്നുപോയി. അതൊഴിച്ചാൽ റോഡ് അപ്പോഴും വിജന മായിരുന്നു. ഇടയ്ക്ക് ഒരു പുഴകടന്നത് അറിഞ്ഞില്ല. പിന്നെ മരങ്ങൾക്കി ടയിലൂടെ നടന്നു.

"സമയം അതിക്രമിച്ചുകൊണ്ടിരിക്കുകയാ. വേഗം പോകാം. അറി യാമല്ലോ സമയത്തിന്റെ കാര്യത്തിൽ കൃത്യനിഷ്ഠക്കാരനാണ് അദ്ദേഹം." ഇടയ്ക്ക് ഗൗരിയെ നിർത്തി ബിച്ചു പറഞ്ഞു. "മണ്ണാങ്കട്ട. പോകാൻ പറ" മഖൻ തിരിച്ചടിച്ചു.

"അതുകൊണ്ടല്ലേ ഇത്രയും നടക്കേണ്ടിവന്നത്. അല്പനേരം കൂടി കിട്ടുമെന്നുണ്ടായിരുന്നെങ്കിൽ കാറിൽ അയാളുടെ വീട്ടുപടിക്കൽ വരെ പോകാമായിരുന്നില്ലേ. ഇരുട്ടിനുമുമ്പ് തിരിച്ചെത്തുകയും ആകാമായിരു ന്നു." മഖൻ തുടർന്നു.

ഏതാനും നിമിഷങ്ങൾ കഴിഞ്ഞപ്പോൾ ലക്ഷ്യമെത്താറായെന്ന് ബച്ചൻ അറിയിച്ചു.

അങ്ങോട്ടുള്ള ഇടവഴിയിലേക്കു കടന്നതും നായകളുടെ ഒരുകൂട്ട മാണ് അവരെ എതിരേറ്റത്. അതിൽ മുത്തച്ഛന്മാർ മുതൽ ദിവസങ്ങൾ പ്രായമുള്ളവ വരെ ഉണ്ടായിരുന്നു. അവയിൽ ഒന്നുപോലും നോട്ട ത്താൽപോലും അവരെ ശല്യം ചെയ്യാൻ മുതിർന്നില്ല.

"ഇവിടെ നായകൾക്കായി ആരോ അനാഥാലയം നടത്തുന്നുണ്ടെന്നു തോന്നുന്നു."

അവയെ കടന്നുപോകവെ അതിശയം കലർത്തിയ നർമ്മത്തിൽ ചാലിച്ച് മഖൻ ബച്ചനോടു പറഞ്ഞു.

വാതിൽപ്പടിവരെ ഒറ്റയും പെട്ടയുമായി അവ അവരെ നയിച്ചു.

ഏറ്റവും മഹാനായ എഴുത്തുകാരൻ എന്നു പുകഴ്പെറ്റയാളുടെ വീടു കണ്ടപ്പോൾ അതിശയം തോന്നി. ഒറ്റനില. രണ്ടോ മൂന്നോ മുറികൾ മാത്ര

മെന്നുറപ്പ്. അതും പെയിന്റു കണ്ടിട്ട് വർഷങ്ങളായത്.

ജനാലയിലൂടെ ഒരു മുഖം കണ്ടു. അത് അയാൾത്തന്നെ.

"ചെരുപ്പുരേണ്ട നായകളുണ്ട്."

വാതിൽ തുറന്ന് ആയാസപ്പെട്ട് അതിൽ പിടിച്ചുനിന്നുകൊണ്ട് അവയെ നോക്കി അയാൾ പറഞ്ഞു.

സ്വീകരണ മുറിയിൽ അലമാരയിലും തറയിലും മേശകളുടെ മേലു മായി നിറയെ പുസ്തകങ്ങളും ആനുകാലികങ്ങളും അടുക്കിയും ചിത റിയുമൊക്കെ കാണപ്പെട്ടു. അതിനിടയിലൂടെ പൂച്ചക്കുട്ടികളും അമ്മ നായ കൾ മക്കളോടൊപ്പവും കയറിയിറങ്ങി നടന്നിരുന്നു.

"വരാം, ഇരിക്കാം." ഭാവവ്യത്യാസമില്ലാത്ത ക്ഷണിക്കൽ.

പഴമയുടെ മണം നിറഞ്ഞ മുറിയിൽ പുസ്തകങ്ങളല്ലാതെ മൂന്നു പ്ലാസ്റ്റിക് കസേരകളും ഒരു ഫോണും കൂജ നിറയെ വെള്ളവും മാത്രം. ഒന്ന് അയാളുടെ ഇരിപ്പിടമാണെന്ന് തിരിച്ചറിയാൻ വിഷമമില്ല. അതിന് അഭിമുഖമായാണ് മറ്റ് രണ്ടെണ്ണം.

"ക്രോണിക്കിളിൽനിന്നു വന്നവരല്ലേ."

ഇരിപ്പുറയ്ക്കുന്നതിനുമുമ്പേ ചോദ്യമെത്തി. നിങ്ങളെ എനിക്കറിയാ മെന്ന് അയാൾ ഉറപ്പിച്ചു. പിന്നെ തടിച്ച ഫ്രെയിമുള്ള കണ്ണടകൾക്കിടയി ലൂടെ തറപ്പിച്ച് നോക്കി.

"അതേ."

ബിച്ചു പറഞ്ഞു.

"ചോദിച്ചുകൊള്ളൂ."

കൂടെ വന്നത് ആരെന്ന് പരിചയപ്പെടുത്താൻ വാക്കുകൾക്കായി അവൻ വായ തുറന്നെങ്കിലും അതിന് ഇടം നല്കാതെ അയാൾ പറ ഞ്ഞു.

ബിച്ചുവിന്റെ ചോദ്യങ്ങളെച്ചൊല്ലി ചില നിസ്സാര കലഹങ്ങളും കടുത്ത വിമർശനങ്ങളം ഇടയ്ക്ക് അമർഷ പ്രകടനങ്ങളും അയാളിൽനിന്നുയർന്നു. "വിചാരിച്ചതുപോലെതന്നെ" മഖൻസിങ് പിറുപിറുത്തു.

"ഒന്നും തോന്നരുത്. ഞാൻ അങ്ങനെയാണ് ആരേയും മുഷിപ്പി ക്കണം എന്ന് എനിക്കില്ല."

അയാളുടെ നാവിനു മുമ്പിൽ തോറ്റവനെപ്പോലെ ഇരുന്ന ബച്ചനോട് ഇടയ്ക്കിടെ അയാൾ പറഞ്ഞുകൊണ്ടിരുന്നു. അവനോട് മഖന് സഹ താപം തോന്നി. വായ തുറക്കില്ല എന്ന കരാർ അവനുമായി ഉണ്ടാക്കിയ തിനെച്ചൊല്ലി അല്പം മനസ്താപവുമുണ്ടായി.

"ഇനി ഒരല്പം പണിയുണ്ട്" എന്നുപറഞ്ഞ് സംഭാഷണമധ്യേ ഒരു മുന്നറിയിപ്പുമില്ലാതെ അയാൾ എഴുന്നേറ്റു.

"എടേയ്, മറന്നോ മക്കളേ."

അയാൾ വിളിച്ചുചോദിച്ചു. അപ്പോഴേക്കും മീൻ മണവുമായി വലിയ ഒരുചട്ടി താങ്ങിയെടുത്ത് ഒരു സ്ത്രീയെത്തി. അവരോടൊപ്പം ഓരോ

മീനും എടുത്തു നല്കിയും നായകളെ തലോടിയും അയാൾ വരാന്ത
യിലെ കസേരയിലിരുന്നു. അവയുടെ തെളിഞ്ഞ മുഖങ്ങൾ നോക്കിയി
രിക്കവെ അയാളുടെ മുഖത്ത് പതിയ പ്രകാശം പരക്കുന്നത് കാണായി.
ഇങ്ങനേയും ഒരു മനുഷ്യനോ? മഖൻസിങ് അതിശയിച്ചു. ഇത്തരം ഒരു
മനുഷ്യനെപ്പറ്റി എങ്ങനെയാണ് താൻ അറിയാതിരുന്നത്. വലിയ മനു
ഷ്യർക്ക് ഇങ്ങനെയൊക്കെ ആകാൻ കഴിയുമോ? അതും ശുദ്ധ വെജിറ്റേ
റിയൻ.

അധികം താമസിയാതെ വീണ്ടും രൂക്ഷമായ കലഹങ്ങൾക്ക് തുട
ക്കമായി.

അപ്പോൾ അയാളുടെ ഭാര്യ അടുത്തേക്കുവന്നു. കുനിഞ്ഞ് അയാ
ളുടെ ചെവിയിൽ മന്ത്രിച്ചു. "ഇതൊക്കെ ശരിയാണോ?"

അയാൾ അസഹ്യതയോടെ ചോദിച്ചു.

"ഏത്?"

ഭാര്യ വളരെ ശാന്തയായി പറഞ്ഞു.

"ആളുകളോട് ഇങ്ങനെ പരുഷമായി പെരുമാറുന്നത്."

അയാൾ ഒന്നും പറഞ്ഞില്ല.

"മനുഷ്യന്മാരോട് അല്പം മയത്തിൽ പെരുമാറിക്കൂടേ?"

"ഇനി അങ്ങനെ പോകട്ടെ... അല്ലാതെ ഈ വൈകിയ ഘട്ടത്തിൽ
സ്വഭാവം നന്നാക്കാനൊന്നും എനിക്ക് കഴിയില്ല."

അയാൾ ബിച്ചുവിനു നേരെ കണ്ണുകൾ അയച്ചു. പിന്നെ പറഞ്ഞു:

"അടുത്ത ചോദ്യമാവാം."

അപ്പോൾ മൂക്കുത്തിയിട്ട ഒരു പെൺകുട്ടി അവിടേക്കുവന്നു. അവ
ളുടെ മൂക്കുത്തി വെട്ടിത്തിളങ്ങുന്നുണ്ടായിരുന്നു. അതിന്റെ പ്രകാശം
അവിടെ നിറഞ്ഞു. അവൾ മേശമേൽ കൂടിക്കിടന്ന പുസ്തകങ്ങൾക്കിട
യിൽ എന്തോ തെരഞ്ഞുകൊണ്ടിരുന്നു. അയാളെ മുറിച്ചിട്ടപോലെയാ
യിരുന്നു അവൾ. അയാളുടെ ഗൗരവഭാവത്തിന് വിപരീതമായ പുഞ്ചിരി
യായിരുന്നു സദാസമയവും മുഖത്ത്. അവൾ സ്വീകരണമുറിയിൽ ഒരു
പ്രകാശമായി. ഇപ്രകാരം നളിനകാന്തി പരത്തുന്ന ഒരു മകൾ എങ്ങനെ
ഇയാളിൽനിന്ന് ഉണ്ടാകും? കാഞ്ഞിരത്തിൽനിന്ന് മുന്തിരിപ്പഴം ഉണ്ടാകി
ല്ലല്ലോ. അയാളെക്കുറിച്ച് കൂട്ടിവച്ചിരുന്ന ധാരണകൾക്ക് ആദ്യമായി
മഖൻസിങ്ങിന്റെ മനസ്സിൽ ഇളക്കംതട്ടി.

ഉയർന്നുകേട്ട ഒരു രോഷപ്രകടനവും വളരെ പെട്ടെന്നുതന്നെയുള്ള
ക്ഷമാപണവുമാണ് മഖനെ ചിന്തയിൽ നിന്നുണർത്തിയത്.

അദ്ദേഹത്തെക്കുറിച്ച് വളരെ വലിയ തെറ്റിദ്ധാരണകളല്ലേ താൻ
പുലർത്തിയിരുന്നത് എന്നും അത്രമാത്രം വേണ്ടിയിരുന്നില്ല എന്നും മഖൻ
ചിന്തിച്ചുകൊണ്ടിരുന്നു.

ഇടയ്ക്കെപ്പോഴോ വലിയ അക്ഷരത്തിൽ ചില്ലിട്ടു തൂക്കിയിരുന്ന
ആംഗലേയ വാക്യങ്ങളിൽ മഖന്റെ കണ്ണുകൾ ഉടക്കി.

"Thou hast made me endless such is thy pleasure. This frail

vessel thou emptiest again and again, and fillest it ever with fresh life.

This little flute of a reed thou hast carried over hills and dales and hast breathed through it melodies eternally new."

GITANJALI

മഖന്റെ അതിശയത്തിന് അതിരുണ്ടായില്ല. ജീവിതത്തിൽ ദൈവ ത്തിനുള്ള സ്ഥാനത്തേയും തന്റെ നിസ്സാരതയെക്കുറിച്ചും ഇത്രയും വലിയ ബോദ്ധ്യമുള്ള ഒരു മനുഷ്യനോ? അയാളുടെ മനസ്സ് പിറുപിറുത്തു. അങ്ങനെയുള്ള ഒരാളുടെ സ്വഭാവ സവിശേഷതയെ എങ്ങനെ വെറുക്കാൻ കഴിയും? എങ്ങനെ അനഭിമതനാകും? മഖന്റെ മനസ്സിൽ ചോദ്യങ്ങൾ കയറിയിറങ്ങി. അത് ഹൃദയഭാരത്തെ ലഘൂകരിച്ചുകൊണ്ടിരിക്കുന്നതായി അയാൾക്ക് തോന്നാതിരുന്നില്ല. എല്ലാത്തിനും ഒരു നല്ല നീതീകരണമു ണ്ടാകും. മഖൻ മനസ്സിൽ ഉറപ്പിച്ചു. ഒപ്പം 'കാണാതെ വിശ്വസിക്കുന്നവർ ഭാഗ്യവാന്മാർ' എന്ന വാക്യത്തിന്റെ ഉപജ്ഞാതാവ് യേശുദേവനോട് സ്വല്പം രസക്കേട് തോന്നാതിരുന്നില്ല. കണ്ടും അനുഭവിച്ചും അറിയണ മെന്ന് വാശിപിടിച്ച ശിഷ്യൻ തോമസിനോട് കുറച്ചധികം ആരാധനയും ഉണ്ടായി.

എല്ലാം കഴിഞ്ഞു. വാതിൽപ്പടി വരെ അദ്ദേഹം ഭിത്തിമേൽ പിടിച്ചെ ത്തി. പിന്നെ പറഞ്ഞു.

"വയ്യ അസ്വസ്ഥതകൾ ഏറുകയാണ്. പറഞ്ഞതിനെപ്രതി ഒന്നും തോന്നരുത്." അവർ ഇറങ്ങി.

അദ്ദേഹത്തെക്കുറിച്ച് പറഞ്ഞു കേട്ടതത്രയും നുണയാണെന്നും മന സ്സിൽ ഉറപ്പിച്ചുവച്ചിരുന്നവയെല്ലാം ഉരുകി ഒലിച്ചു പോയതായും മഖൻ സിങ് തിരിച്ചറിഞ്ഞു. പടികടന്ന് പുറത്തേക്കിറങ്ങവെ മഖൻ പേന ഹൃദ യത്തിൽ കുത്തിയിറക്കി. വെറുതേ തെറ്റിദ്ധാരണകൾ സൂക്ഷിക്കുന്ന അതിനെ ആഴത്തിൽ ശിക്ഷിച്ചു. പിന്നെ അവിടെ വരഞ്ഞു 'പച്ചമനു ഷ്യൻ.'

പടികടന്നിറങ്ങവെ എപ്പോഴും കൂടെ ഉണ്ടാകാറുള്ള ഡയറി വേഗ ത്തിൽ മറിച്ച് ആവേശത്തോടെ അതിൽ എഴുതി.

"ഞാൻ നിങ്ങളുടെ മുന്നിൽ ശിരസ്സ് കുനിക്കുന്നു. അല്ലെങ്കിൽ അങ്ങ യുടെ മുമ്പിൽ ഈ ഞാനാര്..? എന്റെ തലയിൽ ഒരു തൊപ്പിയുണ്ടായി രുന്നെങ്കിൽ ആ തൊപ്പിയിൽ ഒരു തൂവലുണ്ടായിരുന്നെങ്കിൽ ഞാൻ സന്തോഷത്തോടെ അതു പറിച്ചെടുത്ത് അങ്ങേക്ക് സമർപ്പിച്ചേനെ! അങ്ങ് അമരൻ!"

പിന്നെ മഖൻസിങ് ബിച്ചുവിനോടു പറഞ്ഞു:

"ഹൃദയഭാരങ്ങളുടെ മഖൻസിങ് നീറി മരിച്ചിരിക്കുന്നു."

മീൻ പുരാണം

"ഇന്നേതായയാലും അച്ഛനെ ഞങ്ങൾ വെറുതെ വിടുകേല. കുറേ നാളായി പറഞ്ഞു പറ്റിക്കുന്നു."

മൂത്തവൻ അഞ്ചാം ക്ലാസുകാരൻ നന്ദുവിനൊപ്പം ഇളയത്തുങ്ങളായ രേവതിയും മാളവികയും അയാളെ വളഞ്ഞു. ഇളയവൾ ഉമ്മറത്ത് അയാളുടെ മടിയിലേക്ക് ചാടിക്കയറുകയും അതിന്റെ ഉലച്ചിലിൽ വായിച്ചുകൊണ്ടിരുന്ന പത്രം പിടിവിട്ടുപോകുകയും ചെയ്തു. ശക്തിയോടെയുള്ള അപ്രതീക്ഷിതമായ അവരുടെ ആക്രമണം പത്രത്തോടൊപ്പം കൈയിൽ ബാലൻസുചെയ്തു കുടിച്ചുകൊണ്ടിരുന്ന ചായ തുളുമ്പി നിലത്തു വീഴ്ത്തി.

ഓഫീസിൽ വളരെ കർക്കശക്കാരനും ചിട്ടയുടെ മൂർത്തീഭാവവുമായ ഗോവിന്ദൻകുട്ടിക്ക് പക്ഷേ, അല്പം പോലും ദേഷ്യം ഉണ്ടായില്ല. അതിനു കാരണങ്ങൾ മൂന്നാണ്.

ഒന്നാമതായി അയാൾക്ക് മക്കളെന്നാൽ ജീവനാണ്. ഭാര്യ വസുമതി പോലും അവരെ അടിക്കുകയോ ശകാരിക്കുകയോ ചെയ്യുന്നത് അയാൾക്ക് ഇഷ്ടമല്ല. "കുഞ്ഞുങ്ങളല്ലേ അല്പം കുസൃതിയൊക്കെ കാണിക്കും. നീ അതൊക്കെ അങ്ങാസ്വദിക്കണം."

പരാതിയുമായി മുന്നിലെത്തുമ്പോഴെല്ലാം അയാൾ ഭാര്യയെ പറഞ്ഞു മനസ്സിലാക്കാൻ ശ്രമിക്കും.

"നിങ്ങൾക്കങ്ങുപറഞ്ഞാ മതി. പുലർച്ചെ ഓഫീസിലേക്കെന്നു പറ ഞ്ഞിറങ്ങും. പാതിരാത്രി കയറിവരും. ഇതുങ്ങളെ ബാക്കി സമയം മുഴുവൻ മര്യാദയ്ക്കിരുത്തുന്നതിന്റെ കൊണം വല്ലതും നിങ്ങൾക്കറിയണ്ണോ."

"വസുമതി, നീ എത്ര ഭാഗ്യവതിയാ. എത്രയോ പേരാ ഒരു കുഞ്ഞി ക്കാലുകാണാൻ വർഷങ്ങൾ കാത്തിരുന്നിട്ടും ലഭിക്കാതിരിക്കുന്നെ. നെനക്ക് മൂന്നെണ്ണത്തിനെ കൊഞ്ചിക്കാനും അവരുടെ സ്നേഹം അനു ഭവിക്കാനുമാ ദൈവം അവസരം തന്നിരിക്കുന്നെ, അത് നീ മറക്കണ്ട."

"പിന്നെ ഒരു വലിയ അവസരം." അവൾ മുറുമുറുക്കും.

ഏതാനും വർഷങ്ങളായി പരാതിക്കിടെ, വർഷങ്ങളായി അണുവിട മാറാതെ ഉണ്ടാകാറുള്ള സംഭാഷണമാണിത്.

കുട്ടികളെ നോക്കണം വല്ലതും ഉണ്ടാക്കണം. കുറച്ച് അലക്കണം. ഇത്രത്തനെ പണി. എന്നാലും അവൾക്ക് പരാതി മാത്രമേയുള്ളൂ. വന്നു കയറുമ്പോഴേ തുടങ്ങും. താൻ ഉറങ്ങിയെന്നു ബോദ്ധ്യമായാലും പിന്നേയും പിറുപിറുത്തുകൊണ്ടിരിക്കും. ഇതെന്തു ജന്മം എന്ന് ഗോവിന്ദൻകുട്ടി പലകുറി ആലോചിച്ചിട്ടുണ്ട്. എന്നാലും എല്ലാം ക്ഷമിക്കും. പിടിപ്പതു ജോലിയുണ്ടാകും. മൂന്നെണ്ണത്തിനെ നോക്കേണ്ടേ എന്നു ആശ്വസിക്കും. വീട്ടിലിരിക്കുന്ന പെണ്ണുങ്ങൾ ആണുങ്ങളേക്കാൾ എത്രയോ ഇരട്ടി ജോലി ചെയ്യുന്നു എന്ന് എവിടെയോ വായിച്ചതും ഒപ്പം ഓർമ്മവരും.

രണ്ടാമതായി, കുഞ്ഞുങ്ങളെ ലാളിക്കാനും അവരോടൊപ്പം ചെലവിടാനും ആകെ ലഭിക്കുന്ന ഞായർ എന്ന ഒരൊറ്റ ദിവസമാണ്. അവരുടെ കൊഞ്ചക്കങ്ങൾക്കും– വസുമതിയുടെ ഭാഷയിൽ പറഞ്ഞാൽ – തുള്ളലുകൾക്ക്, ചെവി കൊടുക്കുകയും കഥ പറഞ്ഞും മറ്റും രസിക്കുകയും ചെയ്യുന്നത് അന്നാണ്. അവളുടെ പരാതി പരിഹരിക്കാൻ അന്ന് അയാളും കളത്തിലിറങ്ങും. അലക്കാനും പാചകത്തിനും മറ്റും സഹായിക്കും. അതുകൊണ്ടുതന്നെ ശരിക്കും കുട്ടികൾക്കൊപ്പം കഴിയുന്നത് വളരെ കുറച്ചുനേരം മാത്രമാണ്. എങ്കിലും സമാധാനമാണ് അവർ അടുത്തുണ്ടല്ലോ. അവരുടെ കൊഞ്ചലുകൾ ആസ്വദിച്ചിരിക്കുമ്പോൾ എത്രത്തനെ കുത്തിമറിഞ്ഞാലും അവരോട് ദേഷ്യപ്പെടാൻ അയാൾക്ക് തോന്നുകയേയില്ല. എന്നാൽ വസുമതി പറയുന്നത് അച്ഛൻ ഉള്ള ദിവസങ്ങളിൽ അവർക്ക് വാലുമുളയ്ക്കും എന്നാണ്. ഏതായാലും അന്ന് വസുമതിക്ക് സന്തോഷമാണ്. തന്റെ ഭാരം പകുത്തെടുക്കാൻ ഒരാളു കൂടെയുണ്ടല്ലോ എന്നായിരിക്കാമത് എന്നാണ് ഗോവിന്ദൻകുട്ടിയുടെ കണ്ടെത്തൽ.

മൂന്നാമതായി എങ്ങും ഒരിക്കലും കണ്ടിട്ടില്ലാത്ത ഒരു അച്ഛൻ പ്രേമമാണ് മൂന്നാൾക്കും.

ഒരു ഞായറാഴ്ച ഇളയവൾ പറഞ്ഞു. "അമ്മേ, ഇന്ന് ഒന്നും തിന്നാൻ തന്നില്ലേലും കുഴപ്പമില്ല അച്ഛന്റെടുത്തിരിക്കാൻ അമ്മ സമ്മതിച്ചാ മതി."

ഞായറാഴ്ച പുറത്തിറങ്ങുന്നത് ഇഷ്ടമല്ലെങ്കിലും മക്കളുടെയും വസുമതിയുടെയും സന്തോഷത്തിനപ്പുറം മറ്റൊന്നും അയാൾക്ക് ജീവിതത്തിൽ ചിന്തിക്കാനില്ലാത്തതിനാൽ, ചിലപ്പോഴെല്ലാം എല്ലാവരേയും കൂട്ടി പുറപ്പെടും. രണ്ടുമൂന്നു അമ്പലങ്ങളിൽപോയിരിക്കും അന്ന്, അത് വസുമതിയുടെ നിർബ്ബന്ധം. അടുത്തുള്ള അല്ലെങ്കിൽ പോകുന്ന വഴിക്കുള്ള ഏതെങ്കിലും ചെറിയ തോട്ടിലിറങ്ങും. മൂന്നെണ്ണത്തിനും വെള്ളമെന്നാൽ ജീവനാണ്. എവിടെ വെള്ളം കണ്ടാലും എടുത്തു ചാടിക്കളയും. അതുകൊണ്ടുതന്നെ മൂന്നിനേയും നീന്തിപ്പിക്കാൻ ഇടയ്ക്ക് തറവാട്ടു വീട്ടിലേക്കു പോകാറുണ്ട്. അവിടെ ചെറു തോടുണ്ട്.

ഒരു ദിവസം പുഴയിൽ അവരെ കുളിപ്പിച്ചുകൊണ്ടിരിക്കെ കുഞ്ഞു മീനുകൾക്ക് പുറകെ പാഞ്ഞ അവർക്ക് തോർത്തുകൊണ്ട് പരൽ മീനുകളേയും നെറ്റിയേൽ പൊന്നമ്മാരേയും പിടിക്കുന്ന വിധം കാട്ടിക്കൊടു

ക്കുകയും അവരേയും അതിൽ പങ്കുകാരാക്കുകയും ചെയ്തു. പറഞ്ഞ റിയിക്കാൻ കഴിയാത്തതായിരുന്നു അന്നത്തെ അവരുടെ സന്തോഷം.

അങ്ങനെയാണ് ചെറുപ്പത്തിൽ തനിക്ക് ഏറ്റവും ഇഷ്ടമായിരുന്ന മീൻ പിടിത്തത്തിന്റെ അടുത്ത പടിയായ ചൂണ്ടയെപ്പറ്റി അവരോട് പറഞ്ഞത്.

"നിങ്ങൾ ചൂണ്ടിയിട്ട് മീൻ പിടിക്കുന്നതു കണ്ടിട്ടുണ്ടോ?" എന്ന ചോദ്യത്തോടെയായിരുന്നു തുടക്കം.

"എന്താ അച്ഛാ ചൂണ്ട?"

മൂത്തവൻ മറുചോദ്യം ഉന്നയിച്ചു. ലോകത്തുള്ള എല്ലാ കാര്യങ്ങ ളെക്കുറിച്ചും ഞായറാഴ്ചകളിലെ ഗുരുകുല സദസ്സിൽ പറഞ്ഞു കൊടു ക്കാറുള്ള താൻ ഇതേക്കുറിച്ചുമാത്രം ഇതേവരെ പറഞ്ഞുകൊടുത്തില്ലല്ലോ എന്നോർത്തപ്പോൾ അല്പം കുറ്റബോധം തോന്നാതിരുന്നില്ല. പിന്നെ ഒരു മണിക്കൂറോളം മീൻ പിടിക്കുന്നതിനെക്കുറിച്ചും താനും ഏട്ടനും അനു ജനും ചേർന്നും താൻ തനിയെയും നടത്തിയിട്ടുള്ള മീൻ വേട്ടകളെ ക്കുറിച്ചും വാചാലനായി. കൂട്ടത്തിൽ മൂന്നു പല്ലുള്ള മുപ്പല്ലി ഉപയോഗിച്ച് പെട്രോൾ മാക്സിന്റെ വെളിച്ചത്തിൽ മീൻ പിടിക്കാൻപോയ കഥ അവർക്ക് വളരെ ഇഷ്ടപ്പെട്ടു എന്ന് അവരുടെ മുഖഭാവം വ്യക്തമാക്കി.

"ഒന്നു നിർത്തുന്നുണ്ടോ നിങ്ങക്കടെ മീൻ പുരാണം. സന്ധ്യയാ കാറായി. വീട്ടി പോണ്ടേ. വേഗം കേറ്." ഇടയ്ക്ക് വസുമതി ഇടപെട്ടു.

കഥ പറച്ചിൽ കേമമായി മുന്നേറിയപ്പോൾ അവർക്കു നിർബ്ബന്ധം അപ്പോൾത്തന്നെ ചൂണ്ടയിട്ട് മീൻ പിടിക്കണമെന്ന്. ചൂണ്ട കൈയിലി ല്ലെന്നും അതുകൊണ്ട് മറ്റൊരു ദിവസമാകാം മീൻപിടിത്തം എന്നും ഉറപ്പു നല്കിയാണ് അന്ന് കരയ്ക്കു കയറിയത്.

"അച്ഛൻ വാക്കുമാറല്ലേ."

"ഇല്ല മോളേ."

രണ്ടാമത്തവളുടെ കവിളിൽ നുള്ളി കരയിലേക്കു കയറവേ അയാൾ വാക്കുറപ്പിച്ചു.

കുട്ടികൾ തങ്ങൾക്കു ലഭിക്കുന്ന ഉറപ്പുകൾ ഓർത്തിരിക്കുന്നതു പോലെ മറ്റൊന്നും ഓർക്കില്ല എന്നു രണ്ടാഴ്ച മുമ്പുള്ള ഒരു ഞായറാഴ്ച അയാൾക്ക് ബോദ്ധ്യപ്പെട്ടു.

പുലരുന്നതേയുള്ളൂ. അന്നത്തെ ദിവസം എന്തൊക്കെ ചെയ്യാനു ണ്ടെന്ന് വസുമതിയെ ചേർത്തുറക്കി ആലോചിച്ചു കിടക്കുകയായിരുന്നു. പെട്ടെന്നായിരുന്നു അത്. മൂന്നുപേരും പതുങ്ങിവന്ന് കട്ടിലിലേക്ക് തങ്ങ ളുടെ നടുവിലേക്ക് ചാടിവീണത്.

"അച്ഛാ മീൻ പിടിക്കാൻ പോകണം" അവർ ഒന്നിച്ചു ഒച്ചവച്ചുകൊണ്ടിരുന്നു.

"പേടിച്ചുപോയല്ലോ. ശല്യങ്ങൾ." എന്നുറക്കെ ആക്രോശിച്ചു ഞെട്ടി യെഴുന്നേറ്റ് വസുമതി ചാടിത്തുള്ളി പോയി.

സാധാരണ ഞായറാഴ്ചകളിൽ വസുമതിക്കും ഗോവിന്ദൻകുട്ടിക്കും കുട്ടികൾക്കും കോളാണ്. എങ്ങും പോകേണ്ടാത്തതിനാൽ അവർ ഏഴു മണിയെങ്കിലുമായേ കിടക്കയിൽനിന്ന് എഴുന്നേല്ക്കൂ.

എന്നാൽ താൻ മാത്രം സാധാരണപോലെ കൃത്യസമയത്ത് എഴുന്നേല്ക്കും. പിന്നെ ഉറക്കഭ്രാന്തിയായ വസുമതിയുടെ അവകാശത്തെയും ആവശ്യത്തെയും

അംഗീകരിച്ച് അവളെ ചേർത്തുപിടിച്ച് വെറുതെ അങ്ങനെ കിടക്കും. വസു മതി എഴുന്നേറ്റാൽ മാത്രമാണ് തനിക്കു മോചനം. അവൾ എഴുന്നേറ്റാലുടനെ നല്ല കടുപ്പത്തിൽ കട്ടൻ ചായ കിട്ടും. അവൾക്ക് അത് നിർബ്ബന്ധമാണ്.

ഇനി കാര്യത്തിലേക്ക്. ക്ഷീണമെന്നും മറ്റും പറഞ്ഞ് വാക്ക് തെറ്റിച്ചതിനു ഐസ്ക്രീം പരിഹാരക്രിയ ചെയ്തുമൊക്കെയാണ് അയാൾ ഞായറാഴ്ച കളുടെ ആലസ്യത്തിലലിഞ്ഞ് മീൻപിടിത്ത മുഖമമാക്കി തള്ളി നീക്കിവന്നത്. നീളമുള്ള ഒരു കഥ പറഞ്ഞുകൊടുത്താണ് അന്നത്തെ ആക്രമണത്തെ അതിജീവിച്ചത്.

കുട്ടികൾക്ക് ഇങ്ങനെ ഒരു വാഗ്ദാനം നല്കുമ്പോൾ ഇത്ര വലിയ പൊല്ലാപ്പാകുമെന്ന് അയാൾ ചിന്തിച്ചതേയില്ല. അതിനടുത്ത ഞായറാ ഴ്ചയാണ് ആരംഭത്തിൽ പറഞ്ഞുതുടങ്ങിയ പരാക്രമം ഉണ്ടായത്.

"അച്ഛാ ഇന്നു വാക്കു പാലിക്കണം. അല്ലെങ്കിലിനി അച്ഛനോട് ഞങ്ങൾ മിണ്ടൂല്ല." ഇളയവൾ മടിയിൽ കയറിനിന്ന് കണ്ണിലേക്കു തുറിച്ചു നോക്കി.

അയാൾക്കുതോന്നി. അല്ലെങ്കിലും താനെന്ത് മോശമാണ് കാണിക്കു ന്നതെന്ന്. അമ്പിളിമാമനെ പിടിച്ചുതരാൻ അവർ തന്നോട് ആവശ്യപ്പെട്ടില്ല. മീൻ പിടിക്കാൻ പോകണമെന്നല്ലേ പറഞ്ഞുള്ളൂ. അതും താൻകൊതിപ്പിച്ചിട്ട്.

പിന്നെ രണ്ടാമതൊന്ന് ആലോചിക്കാതെ വാക്കു നല്കി.

"ഇന്നു പൊയ്ക്കളയാം."

ഇതുകേട്ട് ഇളയവൾ മടിയിൽനിന്നു തുള്ളി. മർമ്മസ്ഥാനത്ത് ഒരു ചവിട്ടുകിട്ടിയെങ്കിലും മൂന്നുപേരും തെരുതെരെ വന്ന് ഉമ്മതന്ന് "നല്ല അച്ഛൻ" എന്നുപറഞ്ഞ് ചുറ്റും തുള്ളിയപ്പോൾ വേദന പടി കടന്നു. മീൻപി ടിക്കൽ എത്രനേരത്തെ തന്നെ മക്കളെ കാണിച്ചു കൊടുക്കേണ്ട വിദ്യ യായിരുന്നു എന്ന് തോന്നിപ്പോവുകയും ചെയ്തു.

രണ്ടാമതൊന്ന് ആലോചിച്ചാൽ പലതും നടക്കില്ല. അതുകൊണ്ട് എന്തെങ്കിലുമൊന്ന് ചെയ്യണമെന്ന് തോന്നിയാൽ ഉടനെ മാറ്റിവയ്ക്കാൻ പാടില്ല. ഇപ്പോൾ കുറച്ചായി ഇതാണ് അയാളുടെ പോളിസി. പിന്നെ താമ സിച്ചില്ല ബനിയനു മീതെ ഷർട്ടെടുത്തിട്ട് പുറത്തിറങ്ങി.

"എങ്ങോട്ടാ അച്ഛാ?"

എന്ന് മക്കൾ മൂന്നുപേരും ഒരേ സമയം ചോദിച്ചു.

"മീൻ പിടിക്കണേല് ചൂണ്ട വേണ്ടേ. വാങ്ങിവരാം."

ജീവിതത്തിൽ വലിയ അത്ഭുതത്തിന് സാക്ഷ്യം വഹിക്കാൻ അച്ഛൻ തങ്ങൾക്ക് അവസരം നല്കുന്നു എന്ന കാര്യം അവർക്ക് വിശ്വസിക്കാ നായില്ലെന്നു തോന്നുന്നു. അതുകൊണ്ടാവണം അച്ഛാ ഐസ്ക്രീം വാങ്ങണേ, മിഠായി വാങ്ങണേ എന്നുള്ള സ്ഥിരം ആവശ്യങ്ങൾ ഒന്നും ഉയർന്നു കേട്ടില്ല. അവർ തുള്ളിച്ചാടിക്കൊണ്ടിരുന്നു.

ചൂണ്ടയും നൂലും വാങ്ങി വന്നപ്പോൾ വസുമതി കലി തുള്ളി നില്പാണ്.

"നിങ്ങക്ക് വേറെ പണിയൊന്നുമില്ലേ മനുഷ്യനെ. നല്ല മുട്ടൻ വെള്ളം പായണ പൊഴയാ ഈ പിള്ളേരെയും കൊണ്ടോയി വല്ലതും വരുത്തിവ യ്ക്കണം. പനി വന്നാ ഞാൻ വേണം കൊണ്ടോടാൻ. നിങ്ങക്ക് ഒന്നുമറിയേ ണ്ടല്ലോ."

അപ്പോഴേക്കും മൂന്നുപേരും മഴക്കോട്ടിട്ട് കുടയുമെടുത്ത് തയ്യാറായി കഴിഞ്ഞിരുന്നു.

എന്തായാലും പുഴയിൽ പോകുകയയല്ലേ, മക്കൾ നന്നായി ആസ്വദി ക്കട്ടെ എന്നു മനസ്സിൽ വിചാരിച്ച്.

"കുടയൊന്നും വേണ്ട" എന്നു പറഞ്ഞു തീർന്നതും മൂന്നും മുറ്റത്തു ചാടിക്കഴിഞ്ഞിരുന്നു. ചൂണ്ടകെട്ടി തയ്യാറാക്കുന്ന കാഴ്ച അവർ മുറ്റത്തു നിന്നാണ് ആസ്വദിച്ചതും. അതിശയിച്ചതും.

"ഇനി ഇര പിടിക്കാം." എന്നു പറഞ്ഞ് ഗോവിന്ദൻകുട്ടി ഉമ്മറത്തു നിന്ന് പുറത്തേക്കിറങ്ങി.

മുറ്റത്തു കിടന്ന ഒരു ചിരട്ടയെടുത്ത് അതിൽ കുറച്ച് മണ്ണുമിട്ട് തൊടി യിൽ കിളച്ചു.

"അച്ഛാ ഇങ്ങനാണോ മീൻ പിടിക്കുന്നേ...?"

ഇളയവളുടേതായിരുന്നു ചോദ്യം. അവളുടെ കവിളിൽ സ്നേഹ പൂർവ്വം പുറംകൈകൊണ്ട് തട്ടി ഇരപിടിത്തം തുടർന്നു. മറ്റു രണ്ടു പേർക്കും മുമ്പ് മണ്ണിരയെക്കുറിച്ചെടുത്ത ക്ലാസിലെ കുറച്ച് കാര്യങ്ങൾ മനസ്സിലുണ്ടല്ലോ എന്നോർത്തപ്പോൾ സന്തോഷം തോന്നി.

വെറുംകൈ കൊണ്ട് മണ്ണിരയെപ്പിടിച്ച് ചിരട്ടയിൽ ഇടുന്നത് അറ പ്പോടെയും അതിശയത്തോടെയും അവർ നോക്കി നിന്നു.

"അച്ഛൻ ഭയങ്കരൻതന്നെ. ഒരു പേടീമില്ല. ഈ അച്ഛന്റെ ഒരു കാര്യം." തുടങ്ങിയ കമന്റുകൾ ഇടയ്ക്ക് ഉയരുകയും ചെയ്തുകൊണ്ടിരുന്നു.

ഇരപിടിത്തം കഴിഞ്ഞു.

"വസൂ... ഇന്നു രാത്രി കൂട്ടാൻ പുഴമീൻ. മറ്റൊന്നും വയ്ക്കേണ്ട... ഇപ്പ വരാം." എന്നു പറഞ്ഞു മറുപടിക്ക് കാക്കാതെ അയാൾ മക്കളെയും കൂട്ടി നടന്നു.

പുഴക്കരയിൽ മക്കളെ തന്റെ പ്രകടനം കാണാൻ തക്കവിധം സുര ക്ഷിത സ്ഥാനങ്ങളിൽ നിർത്തി ആദ്യം തനിയെ ചൂണ്ടയിട്ട് ഒരു മീനിനെ പിടിക്കുന്ന വിധം അവരെ കാട്ടിക്കൊടുക്കണം. പിന്നെ അതിനെ ചൂണ്ട യിൽനിന്ന് ഊരിയെടുക്കുന്ന വിധവും ഇര കോർക്കുന്ന വിധവും. തുടർന്ന് ഓരോരുത്തരെയായി കൊണ്ടുപോയി ചൂണ്ട കൈയിൽ നല്കി തനിയെ മീൻപിടിക്കുന്ന അത്ഭുതവിദ്യ പകർന്നു നല്കണം. അയാൾ പുഴയിലേ ക്കുള്ള യാത്രയിൽ മനസ്സിൽ കരുതി. പിന്നെ പുഴമീനിന്റെ ഗുണങ്ങളെ ക്കുറിച്ചും രുചിയെക്കുറിച്ചും വർണ്ണിച്ചു കൊണ്ടിരുന്നു. മാത്രമല്ല, രാത്രി വയറു നിറയെ മീൻ കഴിക്കാമെന്ന് അവരെ കൊതിപ്പിക്കുകയും ചെയ്തു.

പുഴ അകലെ കണ്ട മക്കൾ തുള്ളിച്ചാടി മറിഞ്ഞത് അയാൾക്ക് പ്രത്യേക അനുഭൂതി തന്നെ പകർന്നു. മീനുകളെ ചൂണ്ടയിൽ വലിച്ചെടു ക്കുമ്പോൾ അവർക്കുണ്ടാകുന്ന സന്തോഷം എത്രയായിരിക്കുമെന്ന് ഓർത്തപ്പോൾ അയാളുടെ മനസ്സു നിറഞ്ഞു. ഇതൊക്കെ പണ്ടേ ചെയ്യേ ണ്ടതായിരുന്നു. അയാൾക്ക് അല്പം കുറ്റബോധം തോന്നാതിരുന്നില്ല.

മനസ്സിലുറപ്പിച്ച പദ്ധതി പ്രകാരം തന്നെ കാര്യങ്ങൾ നടന്നു. മക്കളെ സുരക്ഷിതസ്ഥാനങ്ങളിൽ നിർത്തി മണ്ണുനിറച്ച ചിരട്ട നിലത്തുവച്ച് ശ്രദ്ധാ

പൂർവ്വം ഒന്നിനെ വലിച്ചെടുത്തു. ചുണ്ടയിൽ വിദഗ്ദ്ധമായി കോർക്കുന്നത് മക്കൾ ശ്വാസമടക്കി നോക്കിനിന്നു.

"നൂലോളേയുള്ളൂ എന്നിട്ടും അച്ഛൻ അതിലൂടെ ദേണ്ടെ കമ്പിക യറ്റി. ഈ ആച്ഛൻ ആരാ. മോൻ."

രണ്ടാമത്തെയവളുടെ കമന്റ്. എല്ലാം ശരിവയ്ക്കുന്ന വിധത്തിൽ മൂവരും മുഖത്തോടു മുഖം നോക്കി.

ചൂണ്ടനൂൽ ഓടക്കമ്പിൽ കെട്ടി പിന്നെ പുഴക്കയിലേക്ക് നീട്ടിയെറിഞ്ഞു. വെള്ളം ചുറ്റിക്കെട്ടി നില്ക്കുന്ന ഒഴുക്കില്ലാത്തിടത്ത് മീൻ ചുറ്റിക്കറങ്ങി നില്ക്കും എന്ന പഴയകാല അനുഭവമുള്ളതിനാൽ അതുപോലൊരു സ്ഥലമാണ് തെരഞ്ഞെടുത്തത്. ഇക്കാര്യം ചൂണ്ട വലിച്ചെറിയും മുമ്പ് മക്കളോട് ഉച്ച ത്തിൽ വിളിച്ചുപറയുകയും ചെയ്തു.

ഇടുന്ന ഉടനെ തന്നെ ചൂണ്ടയും വലിച്ച് മീൻപോകും എന്ന് ആത്മവിശ്വാസ ത്തോടെയാണ് കാര്യങ്ങളിലേക്ക് കടന്നതെങ്കിലും മിനിറ്റുകൾ കഴിഞ്ഞിട്ടും ചൂണ്ട അനങ്ങിയതുപോലുമില്ല. നിരാശയോടെ അയാൾ മക്കളെ നോക്കി.

"എന്താ സാർ ഇവിടെ?"

പുറകിൽ ശബ്ദം കേട്ട് അയാൾ തിരിഞ്ഞുനോക്കി. വീട്ടിൽ പണിക്ക് വരാറുള്ള കുമാരനാണ്.

"മീൻപിടുത്തം കുട്ടികളെ കാണിക്കാമെന്നുവച്ചു."

ചൂണ്ടയിൽ തന്നെ ശ്രദ്ധിച്ചുകൊണ്ട് അയാൾ പറഞ്ഞു.

"സാറിത് ഏതു ലോകത്താ. ഇപ്പോൾ മീൻ ചൂണ്ടയിൽ കൊത്താറില്ലെന്ന് അറിയാമ്മേലേ. പുഴ മുഴുവൻ കോഴിവേസ്റ്റും മറ്റുമാ... അതുതിന്ന് തിമിർത്ത് നടക്കുന്ന മീനുകൾക്ക് സാറിന്റെ ഈ ഇല്ലോളം ഇല്ലാത്ത മണ്ണിര എന്തിനാ?" ഇത്രയും പറഞ്ഞ് കുട്ടികൾക്ക് കൈവീശി വന്ന വഴി അയാൾ പോയി.

'അപ്പോൾ രക്ഷയില്ല.' ഗോവിന്ദൻകുട്ടി ആത്മഗതം ചെയ്തു. സ്വപ്ന ങ്ങൾ എല്ലാം തകർന്ന അയാൾ വിഷണ്ണനായി മക്കളെ നോക്കി.

കൂട്ടത്തിൽ രണ്ടാമത്തെയാൾക്ക് കാര്യം നന്നായി പിടികിട്ടി. അച്ഛന്റെ സങ്കടം മാറ്റാനെന്നോണം അവൾ പറഞ്ഞു:

"കോഴി വേസ്റ്റുതിന്ന് വളരുന്ന മീനാണെങ്കി നമുക്ക് വേണ്ടച്ഛാ. ഹോർമോൺ കുത്തിവച്ച് വളരുന്ന കോഴിയെ തിന്നുന്നത് പ്രശ്നമാണെ ന്നല്ലേ അച്ഛൻ പറഞ്ഞു തന്നിട്ടുള്ളത്. അപ്പോ പിന്നെ കോഴി വേസ്റ്റ് തിന്നുന്ന മീനിനെ തിന്നാലും പ്രശ്നം തന്നെയായിരിക്കും.."

ഇതുപറഞ്ഞ് അവൾ ഏട്ടനെയും അനുജത്തിയെയും നോക്കി. അവർ ശരിയാണെന്ന് തലയാട്ടി.

"പുന്നാര അച്ഛൻ. ഒന്നുമില്ലേലും ഈ മഴയത്ത് ഞങ്ങളെ ഇറക്കി യില്ലേ. ഇരപിടിക്കുന്നതും ചൂണ്ടയിടുന്നതുമൊക്കെ കാട്ടിയില്ലേ."

മൂത്തവന്റെ കമന്റ്.

പിന്നെ അയാൾ ഒന്നും ആലോചിച്ചില്ല ചൂണ്ട പുഴയിലേക്കു വലി ച്ചെറിഞ്ഞ് മക്കളേയും കൂട്ടി പുഴയിൽനിന്ന് കയറി.

മുഹ്ക്രി

സ്ഥിരം വഴിയിലെ പതിവു ബസ്‌യാത്ര. അടുത്ത സീറ്റിൽ ഇരു ന്നയാളുടെ ചേഷ്ടകൾ അന്ന് ഉറക്കിയതേയില്ല. അത്ഭുതജനകമായിരുന്നു അവ. വണ്ടി പുറപ്പെടുന്നതിനു മുമ്പുള്ള കാത്തിരിപ്പു തുടരുമ്പോൾ തന്നെ അയാളെ പ്രതി അസ്‌കിത അനുഭവപ്പെട്ടു തുടങ്ങിയിരുന്നു. കണ്ട മാത്ര യിൽ 'ഇദെന്തു ജീവി' എന്ന് അതിശയാത്മഗതവും നടത്തിയിരുന്നു. ഭൂഗോ ളത്തിൽ താൻ മാത്രമേ ജീവിയായയുള്ളൂ എന്ന മട്ടിലായിരുന്നു അയാ ളുടെ നില്പും ഭാവവും. മദ്യമോ മയക്കുമരുന്നോ അകത്താക്കിയവനെ പ്പോലെ ഒന്നും തന്നെ അലട്ടുന്നില്ല എന്നും ജന്മത്തിന്റെ അരിഷ്ടതകൾ ഒരെണ്ണംപോലും തനിക്ക് ബാധകമല്ല എന്നുമായിരുന്നു അയാളുടെ ഭാവ ങ്ങളുടെയും ചേഷ്ടകളുടെയും ആകത്തുക.

പാതിരിയെന്നാണ് ആദ്യം കരുതിയത്.

നീണ്ട വെള്ളക്കുപ്പായവും അതിനു പുറത്തു ഇടതുഭാഗത്തായി തൂക്കിയിരുന്ന സാമാന്യം വലിയ സ്റ്റീൽ കുരിശുമാണ് ഈ നിഗമനത്തി ലേക്ക് അയാളെ എത്തിച്ചത്. എന്നാൽ വേഷഭൂഷാദികൾ ആകെ കണ ക്കിലെടുത്തപ്പോൾ അത് തള്ളിക്കളയേണ്ടിവന്നു. നെറ്റിയിൽ നല്ല നീളൻ ചന്ദനക്കുറിയും ഒത്ത നടുക്ക് വലിയ വട്ടത്തിൽ കുങ്കുമവും ഉണ്ട്. മേൽമീശ ഇല്ലാത്ത നീളൻ നരച്ച താടിയും മിനാരങ്ങൾ തുന്നിയ വെളുത്ത വട്ടത്തൊപ്പിയും കാവിസഞ്ചിയുമൊക്കെ ചേർന്ന വേഷം അയാളെ വല്ലാതെ ഒരു വിഷമസന്ധിയിലാക്കി. അപ്പോഴാണ് വാതിലിനു നേരേയി രുന്ന തന്റെ സീറ്റിലേക്ക് നീളൻ കുപ്പായക്കാരൻ എത്തിയതും വല്ലാത്ത ഒരു സുഗന്ധത്തോടെ തന്റെ മുട്ടുകളെ ഒട്ടും ശല്യപ്പെടുത്താതെ മറിക ടന്ന് സൈഡ് സീറ്റിൽ ഇരിപ്പുറപ്പിച്ചതും.

യാത്ര തുടങ്ങി. ഒളിഞ്ഞും തെളിഞ്ഞും അയാളുടെ ചന്ദനക്കുറി

കൾ നോക്കി അവയുടെ വലുപ്പത്തിൽ അതിശയിച്ചിരിക്കെയാണ് മുഖത്ത് പ്രസന്നതയും തേജസ്സും ശ്രദ്ധയിൽപ്പെടുന്നത്. ചിത്രങ്ങളിൽ ദൈവ ങ്ങൾക്കുള്ളതു പോലെ ശിരസ്സിനു ചുറ്റും ഒരു പ്രകാശവലയം ഉള്ളതു പോലെയും അയാൾക്കുതോന്നി. ഏതാനും നിമിഷങ്ങൾ അയാളെ ഇമ വെട്ടാതെ നോക്കിയിരിക്കാതിരിക്കാനായില്ല. പിന്നെ യാത്രാവസാനം വരെ, ഇടയ്ക്ക് കണ്ടക്ടർ വന്നതൊഴിച്ചാൽ തേജസ്സുകാരൻ മാത്രമായി അയാ ളുടെ ഏക ശ്രദ്ധാപാത്രം.

യാത്ര തുടങ്ങി ഏതാനും നിമിഷങ്ങൾ കഴിഞ്ഞു. ഒരു നിർവൃതിയി ലകപ്പെട്ടവനെപ്പോലെ കുങ്കുമപ്പൊട്ടുകാരന്റെ കണ്ണുകൾ കൂമ്പിയടഞ്ഞു. പിന്നെ ബസിൽനിന്ന് ചിലർ നാണയങ്ങൾകൊണ്ട് എറിഞ്ഞു വീഴ്ത്താൻ ശ്രമിച്ചുകൊണ്ടിരുന്ന പച്ചത്താഴികക്കുടങ്ങൾകൊണ്ട് വശ്യമനോഹരമായ പള്ളിയെ പതിയെ ശിരസ്സു കുനിച്ചു വണങ്ങി. ഉണർന്ന താടിക്കാരൻ പഴയതുപോലെ പുറത്തോട്ടു നോക്കിയിരിപ്പായി, അയാൾ മീശയില്ലാത്ത കഥാപാത്രത്തേയും.

പാതി വഴിയെത്തി. സ്റ്റോപ്പിൽ അയാളുടെ വശത്തായി കൃഷ്ണന്റെ അമ്പലം കണ്ടമാത്രയിൽ കുരിശുകാരന്റെ പഴയ വണക്കം ആവർത്തി ക്കപ്പെട്ടു. അയാളുടെ ജിജ്ഞാസ ഇരട്ടിച്ചു. ഒരിക്കലും സ്ഥിരബുദ്ധി ഇല്ലാ ത്തയാളാവില്ല. കണ്ടക്ടറോട് പട്ടണത്തിലെ വഴികളും ചില സംശയ ങ്ങൾ ചോദിച്ചതും വളരെ ഉന്നതകുല ജാതനും വിദ്യാസമ്പന്നനുമാണെന്ന് ബോദ്ധ്യമാക്കുന്ന തരത്തിലായിരുന്നു.

യാത്ര അവസാനിക്കുന്നതിനു തൊട്ടുമുമ്പായിരുന്നു അടുത്ത അതി ശയ പ്രകടനം. കന്യാമാതാവിന്റെ വലിയ ഫോട്ടോ സ്ഥാപിച്ചിരുന്ന ക്രിസ്ത്യൻ പള്ളിക്കുമുമ്പിലെത്തിയപ്പോൾ വീണ്ടും നിർവൃതിയില ലിഞ്ഞു കാവി സഞ്ചിക്കാരൻ.

ആകാംക്ഷയെ തടഞ്ഞു നിർത്താനായില്ല. അയാൾ ചോദിച്ചു.

"നിങ്ങൾ ആരാണ്?"

"ഞാൻ ഒരു മനുഷ്യൻ"

"അല്ല, നിങ്ങളുടെ പേരെന്താണെന്നാണ് ഞാൻ ഉദ്ദേശിച്ചത്."

"അതല്ലല്ലോ... എന്റെ പേരെന്തെന്നും ഞാൻ ഏതു മതത്തിൽ പെട്ട വനാണെന്നുമല്ലേ നിങ്ങൾക്ക് അറിയേണ്ടത്?"

അയാൾ അതിശയിച്ചു.

"എന്റെ പേര് മുഹ്ക്രി. ഞാൻ മുസൽമാനും ഹിന്ദുവും ക്രിസ്ത്യാ നിയുമാണ്. എല്ലാ ആരാധനാലയങ്ങളും എന്റെ ദൈവം വസിക്കുന്ന ഇട ങ്ങളാണ്. ഞാൻ അവിടുത്തെയാണ് വണങ്ങുന്നത്. കല്ലിൽ തീർത്ത സൗധങ്ങളെയോ അതിലും കഠിനഹൃദയരായ വിശ്വാസികളെയോ അല്ല."

വണ്ടി നിർത്തി താടിക്കാരൻ ഇറങ്ങി. കൂടെ അയാളും.

സംഭോഗശേഷം മരണം

അയാൾ മരിച്ചു. മരണാനന്തര ചടങ്ങുകളും കഴിഞ്ഞു. മൂന്നുമക്ക ളുള്ള അയാളുടെ ഭാര്യ രണ്ടാഴ്ച കഴിഞ്ഞപ്പോൾ കാമുകനോടൊപ്പം താമസവും തുടങ്ങി. എല്ലാം അയാൾ സ്വപ്നത്തിൽ കണ്ടതുപോലെ തന്നെ. ഒരുവർഷം മുമ്പായിരുന്നു ആ സ്വപ്നം. അതായത് ഇന്ദുവിനെ കല്യാണം കഴിച്ച് 14 വർഷം കഴിഞ്ഞ്, മീനുവിന് രണ്ടു വയസ്സുള്ളപ്പോൾ.

ഇന്ദുവിന് എന്തു സ്നേഹമായിരുന്നു ആദ്യകാലങ്ങളിൽ. ചിലപ്പോ ഴൊക്കെ അവളുടെ അതിരുവിട്ട സ്നേഹപ്രകടനങ്ങളിൽ അയാൾ അസ്വ സ്ഥനായിട്ടുണ്ട്. ആദ്യ ഒരു വർഷത്തോളം പുറത്തെവിടെ പോയാലും അവളുടെ കൈ അയാളുടെ കൈയിൽ കൊരുത്തിരിക്കുമായിരുന്നു. ആദ്യ മാസങ്ങളിൽ പുതുപ്പെണ്ണല്ലേ അതിനും ആഗ്രഹങ്ങളും സ്വപ്നങ്ങളും ഉണ്ടാവില്ലേ എന്ന ന്യായം അയാൾ തന്നെ കണ്ടുപിടിച്ച് അതെല്ലാം അനു വദിച്ചു. സഹിച്ചു എന്നാവും അയാൾ പറയുക. കാരണം കൈ വീശി സ്വതന്ത്രനായി നടക്കുന്നതാണ് എന്നും അയാൾക്കിഷ്ടം. കുഞ്ഞായിരി ക്കുമ്പോൾ പോലും അമ്മ കൈയിൽ പിടിക്കുന്നത് ഇഷ്ടമല്ലായിരുന്നു. അക്കാരണംകൊണ്ട് പല പ്രാവശ്യം തട്ടി വീണിട്ടുണ്ട്. ഒരിക്കൽ ഒന്നര വയസ്സിൽ കൈ ഒടിയുകയുമുണ്ടായി. ഇക്കാര്യം ഇന്ദുവിനോട് പറഞ്ഞി ട്ടുമുണ്ട്. ഇതൊക്കെയായിട്ടും അവൾ കൈകൊണ്ടുള്ള ചങ്ങലയിടൽ തുടർന്നു. ഒരു വർഷശേഷം അതത്ര നിർബ്ബന്ധമില്ലാതായി. രണ്ടുവർഷ ത്തോളം കൊണ്ടുനടന്ന ശീലം പതുക്കെ പതുക്കെ അങ്ങനെ ഇല്ലാതാ വുകയായിരുന്നു.

അതു വിലക്കേണ്ടിയിരുന്നില്ല എന്ന് അയാൾക്ക് പിന്നീട് തോന്നി. കാരണം ഈ ശീലം അവൾ മാറ്റിയതിനൊപ്പം തന്നെ അതിശയിപ്പിച്ചി രുന്ന പല സ്നേഹപ്രകടനങ്ങളും അവളിൽനിന്ന് പതിയെ മായാൻ തുടങ്ങി. താൻ ഉണ്ടശേഷം കഴുകാതെ അതേ പാത്രത്തിൽ തന്നെ

ഭക്ഷണം കഴിക്കുക എന്നത് അവൾക്ക് ഒരു അനുഭൂതിയായിരുന്നു. പണ്ട് പല ഭാര്യമാരും ചെയ്തിരുന്നു എന്ന് അയാൾ വായിച്ചറിഞ്ഞിരുന്ന ഈ ഊൺ കലാപരിപാടി ആദ്യം തന്റെ ഭാര്യയിലാണ് അയാൾ കാണുന്നതു തന്നെ. അത് ഇഷ്ടപ്പെടുന്നില്ല എന്ന് അവളോട് പറഞ്ഞില്ലെങ്കിലും ഒന്നു രണ്ടു മാസങ്ങൾകൊണ്ട് അവൾക്ക് മനസ്സിലായിട്ടുണ്ട് എന്ന് അയാൾക്ക് ബോദ്ധ്യമായി. എങ്കിലും അവൾ അത് തുടർന്നു. അവളുടെ ഈ പ്രവൃ ത്തിയിൽ പതിയെ പതിയെ താല്പര്യം ജനിച്ചുതുടങ്ങിയപ്പോഴേക്കും അവൾ അതും നിർത്തുകയായിരുന്നു.

ഒരു സ്ത്രീവാദി ആയി ഓഫീസിൽ അറിയപ്പെട്ടിരുന്ന അയാൾക്ക് ഏറ്റവും ഇഷ്ടമല്ലാത്ത കാര്യമായിരുന്നു നെറ്റിയിൽ കുങ്കുമം ചാർത്തുന്ന ഏർപ്പാട്. പെണ്ണുങ്ങൾ ചാപ്പകുത്തി നടക്കുന്നു എന്നാണ് അതിനെ അയാൾ പൊതുവേദിയിൽ കളിയാക്കി വിശേഷിപ്പിച്ചിരുന്നത്. കല്യാണ പ്പിറ്റേന്ന് കുളിച്ചൊരുങ്ങി ചായയുമായി കുങ്കുമമിട്ട് അവൾ പ്രത്യക്ഷപ്പെ ട്ടപ്പോൾ തന്നെ അയാൾ തന്റെ പ്രതിഷേധം അറിയിക്കാതിരുന്നില്ല.

"ഇന്ദൂ, എന്താ ഇങ്ങനെ. ഇത് മോശം തന്നെ." അയാൾ പറഞ്ഞു.

"ഏട്ടാ, ഞാൻ ഏട്ടന്റെ മാത്രമല്ലേ. ഇതിട്ടില്ലെങ്കിൽ മറ്റാരെങ്കിലും എന്നെ കൊത്തിക്കൊണ്ടുപോയാലോ?"

അവൾ മറുപടി പറഞ്ഞു

അവൾക്കിഷ്ടമെങ്കിൽ, തനിക്ക് ഒരു ചേതവുമില്ലാത്ത കാര്യം അവൾക്ക് മനഃസുഖം തരുന്നതെങ്കിൽ പിന്നെന്തിന് താൻ തടസ്സം നില്ക്ക ണമെന്ന് അങ്ങനെയാണ് അയാൾ ചിന്തിച്ചുതുടങ്ങിയത്. പിന്നെ ഇതേ പറ്റി ഒന്നും അയാൾ പറഞ്ഞിട്ടില്ല. പക്ഷേ, ഒരുകാര്യം അവൾ ചെയ്തു. അയാൾക്കൊപ്പം പുറത്തിറങ്ങുമ്പോൾ കുങ്കുമം ഉപേക്ഷിച്ചു. തന്റെ പ്രിയ പ്പെട്ടവൻ കൂടെയുള്ളപ്പോൾ തന്നെ മറ്റാരും റാഞ്ചില്ലല്ലോ എന്നതുകൊണ്ടാ യിരിക്കണം അവൾ അങ്ങനെ ചെയ്യുന്നതെന്ന് അയാൾ ഊഹിച്ചു. പക്ഷേ, ഒരു പ്രശ്നം. അയാളുടെ ഭാര്യ കുങ്കുമക്കുറിയുമിട്ട് നടക്കുന്നു എന്നത് ഓഫീസിലും താൻ പങ്കെടുക്കുന്ന വേദികളിലും ചർച്ചാ വിഷയമായി. അങ്ങനെ അയാൾ ഏറ്റവും കൂടുതൽ പറഞ്ഞു നടന്നിരുന്ന ചാപ്പകുത്തൽ വിഷയം അയാളുടെ വാക്കുകളിൽനിന്ന് എന്നേക്കുമായി അപ്രത്യക്ഷമായി.

സ്ത്രീകളുടെ പൊതുസ്വഭാവത്തെക്കുറിച്ച് അയാൾക്ക് നല്ല അഭി പ്രായമായിരുന്നില്ല ഉണ്ടായിരുന്നത്. കാരണം കല്യാണത്തിനു മുമ്പ് ഒപ്പം താമസിച്ചിരുന്ന ഓഫീസിലെ ആത്മാർത്ഥ സുഹൃത്തുക്കൾ അയാൾക്ക് നല്കിയ ചിത്രം അതായിരുന്നു. ആരും ഒന്നും കാണില്ല എന്നുറപ്പാണെ ങ്കിൽ പുരുഷനെപ്പോലെ തന്നെ ഏതു സ്ത്രീയും എന്തിനും വഴങ്ങും എന്നതായിരുന്നു ആ തത്ത്വം. അവരുടെ വാക്കുകൾ സത്യമാണെന്ന് പലപ്പോഴും അവർ തെളിയിച്ചും തന്നിട്ടുണ്ട്. അതുകൊണ്ടുതന്നെ തന്നോ ടുള്ള അവളുടെ അമിതാവേശവും സ്നേഹവും കാണുമ്പോൾ അയാൾക്ക് പേടിയായിരുന്നു. ചിലപ്പോഴൊക്കെ ഒന്നും അറിയാത്ത പൊട്ടിയാണ് അവൾ എന്നുതോന്നിയതിനാലായിരിക്കണം, പല കാര്യങ്ങളിലും അയാൾ അവൾക്ക് ഉപദേശങ്ങളും മുന്നറിയിപ്പുകളും നല്കിവന്നു.

എല്ലാ ആണുങ്ങളും ഒന്നുകിൽ അവൾക്ക് സഹോദരനാണ്. അല്ലെ ങ്കിൽ അവൾ പറയും 'അവൻ കുഞ്ഞല്ലേ'. അതുമല്ലെങ്കിൽ തന്റെ അച്ഛന്റെ പ്രായമില്ലേ അയാൾക്ക് എന്നൊക്കെ.

എത്ര പറഞ്ഞാലും അവൾ ഒന്നിലും ഒരു മുൻകരുതലും എടുക്കില്ല. ആണുങ്ങളോടടുത്തിടപഴകുമ്പോൾ വെട്ടിത്താഴ്ത്തി ധരിക്കാറുള്ള ബ്ലൗസിനെ അല്പം ശ്രദ്ധിക്കണമെന്ന ഉപദേശംപോലും അവൾ പല പ്പോഴും മറന്നുപോകുമായിരുന്നു.

"മഞ്ഞക്കണ്ണിലൂടെ കാണുന്നവർ എല്ലാം അങ്ങനെയേ കാണൂ." എന്ന് ഒരിക്കൽ അല്പം നീരസത്തോടെ അവൾ പറയുകയും ചെയ്തു.

വർഷങ്ങൾ പൊയ്ക്കൊണ്ടിരുന്നു. മൂന്ന് കുട്ടികളുടെ അമ്മയായിട്ടും സ്വഭാവം പഴയപടി തന്നെ തുടർന്നു. അതുകൊണ്ടുതന്നെ അയാൾ എന്നും പ്രാർത്ഥിക്കുമായിരുന്നു. ദൈവമേ നിഷ്കളങ്കയായ ഇന്ദുവിനെ കാക്കണമേ എന്ന്.

പക്ഷേ, ദൈവം പ്രാർത്ഥന കേട്ടില്ല എന്ന് അയാൾക്ക് ഒന്നര വർഷം മുമ്പ് ബോദ്ധ്യമായി.

'അറിയാത്ത പിള്ള ചൊറിയുമ്പോൾ അറിയും' എന്ന്, മറ്റേത് വിഷ യമായിരുന്നെങ്കിലും അയാൾ അവളെ പറഞ്ഞു കളിയാക്കിയേനെ. പക്ഷേ, പുതിയ വെളിപാടുകൾ അയാളെ തളർത്തിയിരുന്നു. പ്രതികരി ക്കാൻ കഴിയാത്തവിധം അയാൾ തകർന്നിരുന്നു. എന്നിട്ടും അയാൾക്ക് ഇക്കാര്യം ചോദിക്കാതിരിക്കാൻ കഴിഞ്ഞില്ല.

"ഏട്ടാ, അയാൾ എന്റെ നല്ല സുഹൃത്താണ്. അത്രമാത്രം. പിന്നെ ഏട്ടന് ഇതൊന്നും ഇഷ്ടമാകില്ലല്ലോ എന്നു കരുതിയാണ് ഇതൊന്നും പറയാതിരുന്നത്." അവൾ പറഞ്ഞു.

അവളുടെ വിശദീകരണം അയാൾക്ക് കുറച്ചൊക്കെ വിശ്വസനീയ മായി തോന്നി. കാരണം അവൾക്ക് മറ്റേതെങ്കിലും പുരുഷന്മാരുമായുള്ള പരിധിവിട്ടുള്ള സംസാരവും സുഹൃദ്ബന്ധവും അയാൾക്ക് ഇഷ്ടമായിരു ന്നില്ല. ഇത് പലപ്പോഴും അയാൾ കർശനമായി മനസ്സിലാക്കിക്കൊടുത്തി ട്ടുള്ളതുമാണ്.

എതിർലിംഗത്തിലുള്ളവരുമായുള്ള പരിശുദ്ധമായ സുഹൃദ്ബന്ധം ഇല്ലെന്ന് ഇന്നേവരെ ആരും പറഞ്ഞിട്ടില്ലല്ലോ എന്ന് അയാൾ ഓർത്തു. മാത്രമല്ല, ഇങ്ങനെ ഒരു സൗഹൃദത്തിന്റെ പേരിൽ തനിക്ക് ഒരു നഷ്ടവും ഉണ്ടായിട്ടില്ല. അവളുടെ സ്വഭാവത്തിൽ പ്രത്യേക മാറ്റവും അയാൾക്ക് കാണാൻ കഴിഞ്ഞുമില്ല. എങ്കിലും അവളുടെ ഫോൺ വിളികളിലും നീക്ക ങ്ങളിലും ഒരു ശ്രദ്ധ വയ്ക്കാൻ തന്നെ അയാൾ തീരുമാനിച്ചു.

അങ്ങനെയാണ് അവളുടെ ഫോൺ അവളറിയാതെ പരിശോധിക്കാൻ തുടങ്ങിയത്. താനില്ലാത്ത സമയങ്ങളിൽ ഫോൺ അവളറിയാതെ ഒരു കുറ്റവാളിയെപ്പോലെ പാത്തും പതുങ്ങിയും അയാൾ റെക്കോഡ് ചെയ്ത് തുടങ്ങി. മനസ്സ് തളർന്ന നാളുകളായിരുന്നു പിന്നെ. ഒന്നിനും താല്പര്യ വുമില്ല. അവൾക്ക് മറ്റൊരാളോട് വഴിവിട്ട അടുപ്പം എന്ന കാര്യം അയാൾക്ക് ഒരിക്കലും ഉൾക്കൊള്ളാനായില്ല. അതുകൊണ്ടുതന്നെ താൻ

ഏറ്റവും ഇഷ്ടപ്പെട്ടിരുന്ന വിനോദത്തിൽ അവളോടൊന്നിച്ച് ഏർപ്പെടാനും മനസ്സുമടിച്ചു. ഉപേക്ഷിച്ചു കളയാമായിരുന്നു എന്നുവരെ അയാൾ ചിന്തിച്ചു. പക്ഷേ, പാവം കുട്ടികൾ എന്തു പിഴച്ചു?

വളരെ വിശദമായി തന്നെ ഇക്കാര്യം അവളോട് അയാൾ സംസാരിച്ചു.

"നീ പഠിച്ചവളാണ്, ഭാര്യയാണ്. മൂന്നു കുട്ടികളുടെ അമ്മയാണ് ഇതൊന്നും ഓർക്കാതെ എന്തേ ഇങ്ങനെ?"

അയാൾ പറഞ്ഞുവരുന്നതെന്തെന്ന് അവൾക്ക് പിടികിട്ടി.

"ഏട്ടാ ഞാൻ ഒരു മനുഷ്യസ്ത്രീ അല്ലേ. അങ്ങനെ പറ്റിപ്പോയി. ഇനി ഞാൻ വിളിക്കില്ല. സംസാരിക്കില്ല." കണ്ണീരോടെ കാൽ പിടിച്ച് അവൾ ആണയിട്ടു.

എന്നാൽ ഇത്രമാത്രം കള്ളങ്ങൾ തന്നിൽനിന്നും മറച്ചുവച്ച അവളെ അവിശ്വസിക്കാനാണ് അയാൾക്ക് തോന്നിയത്. അതുകൊണ്ടുതന്നെ നിരീ ക്ഷണം കൂടുതൽ ശക്തവും രഹസ്യവുമാക്കി.

ഫോൺ റെക്കാർഡ് ചെയ്യാനുള്ള ഉപകരണം അവൾ കണ്ടുപിടിച്ച് അതെന്താണെന്നു ചോദിച്ചപ്പോൾ അന്നുവരെ കള്ളം പറഞ്ഞിട്ടില്ലാത്ത അയാൾ അത് മെമ്മറികാർഡ്ഡാണെന്നു പറഞ്ഞു. താനും ഏറെ കള്ള ങ്ങൾ പറയാൻ പഠിച്ചതായി അയാൾ തിരിച്ചറിയുന്നുണ്ടായിരുന്നു.

അങ്ങനെയിരിക്കെയാണ് അക്കാര്യം ഞെട്ടലോടെ അയാൾ മനസ്സി ലാക്കിയത്. അവൾ മനസ്സു മാത്രമല്ല ശരീരവും പങ്കുവച്ചിരിക്കുന്നു. അന്യ നായ ഒരാൾ തൊട്ടശുദ്ധമാക്കിയ അവളെ ഇനി താൻ എങ്ങനെ സ്നേഹിക്കും? അവളുമായി എങ്ങനെ ബന്ധത്തിലേർപ്പെടും? മനസ്സ് ഏറെ കലങ്ങിയ കാലം. കാര്യങ്ങൾ അവൾ നിലവിളിച്ചുകൊണ്ട് സമ്മ തിച്ചു.

"അയാൾ തന്നെ ചതിക്കുകയായിരുന്നു. ഒരു ബലഹീന നിമിഷ ത്തിൽ... ഇനി തമ്മിൽ കാണേണ്ട, എങ്ങോട്ടെങ്കിലും പൊയ്ക്കൊള്ളാം."

അപ്പോഴും അയാൾ ചിന്തിച്ചത് പാവം കുട്ടികൾ എന്തു പിഴച്ചു എന്നാണ്. അങ്ങനെയിരിക്കെയായിരുന്നു ആ സ്വപ്നം. അയാൾ മരിച്ചു കിടക്കുന്നതും ഒപ്പം ഒരു അശരീരി കേൾക്കുന്നതുമായിരുന്നു ആ സ്വപ്നം.

"ഇനി നീ അവളെ പ്രാപിച്ചാൽ അന്ന് ഇങ്ങനെ സംഭവിക്കും."

അയാൾ ഞെട്ടി എഴുന്നേറ്റു അല്ലെങ്കിൽ തന്നെ താൻ ഇന്ദുവുമായി മാസങ്ങളായി ബന്ധപ്പെടുന്നില്ല. ഇനി ഒരിക്കലും അത് ഉണ്ടാകുമെന്ന് കരുതുന്നുമില്ല.

"ഇനി അതിനൊക്കെയുള്ള അർഹത എനിക്കില്ല. എപ്പോഴെങ്കിലും ഏട്ടന് മനസ്സ് അനുവദിക്കുകയാണെങ്കിൽ ഒന്നു ചേർത്തു നിർത്തിയാൽ മാത്രം മതി." അയാളുടെ മനസ്സു വായിച്ച അവൾ അന്ന് അയാളോടു പറഞ്ഞു. അതുപോലും നടക്കുമെന്ന് അയാൾ കരുതിയില്ല. എന്നാൽ മക്കളെ കരുതി അവരുടെ മുന്നിൽ അഭിനയിക്കേണ്ടിവന്നു.

"അങ്ങനെ അച്ഛന്റെ പിണക്കം മാറി അല്ലേ?"
രണ്ടാമത്തേവൾ പറഞ്ഞു.

തങ്ങൾ തമ്മിൽ എന്തൊക്കെയോ സൗന്ദര്യപ്പിണക്കം ഉണ്ട് എന്ന് മക്കൾക്ക് മനസ്സിലായിത്തുടങ്ങിയിരുന്നു. പ്രശ്നം അവരുടെ മുന്നിലേക്ക് എത്ര വലിച്ചിഴയ്ക്കാതിരിക്കാൻ ശ്രമിച്ചിട്ടും കഴിഞ്ഞില്ല.

ഒരിക്കൽ ഇന്ദുവിനോട് കലഹിച്ച് കലിമൂത്ത് അവളെ തള്ളിനീക്കി യതും അവൾ ടി വി സ്റ്റാന്റിൽ ഇടിച്ചുവീഴുന്നതും കണ്ടാണ് പുറത്ത് ഗ്രൗണ്ടിൽ കളിക്കാൻ പോയ മക്കൾ കയറി വരുന്നത്. അന്ന് അതിനു ന്യായമായി പറഞ്ഞത്. "അച്ഛനോട് അമ്മ തട്ടിക്കയറുന്നു മക്കളെ" എന്നാണ്. തനിക്ക് ഒരിക്കലും സഹിക്കാൻ പറ്റില്ലാത്ത ഒരു കാര്യമാണ് ആരെങ്കിലും തന്നോട് സ്വരമുയർത്തി സംസാരിക്കുന്നത് എന്ന് കുട്ടി കൾക്കുമറിയാം. പലകുറി ഇന്ദുവിനോട് ഇക്കാര്യത്തെച്ചൊല്ലി കയർത്തു സംസാരിക്കുന്നതിന് അവർ സാക്ഷികളായിട്ടുണ്ട്.

എല്ലാം കെട്ടടങ്ങി, ഇനി ഒന്നും സംഭവിക്കില്ല എന്നു കരുതി മാസ ങ്ങൾ കടന്നു. ഇന്ദു ഒന്നും സംഭവിക്കാത്തവളെപോലെ പെരുമാറിത്തുട ങ്ങിയതും അയാളുടെ മനസ്സിന്റെ പിരിമുറുക്കത്തിന് അല്പം അയവ് നല്കാതെയുമിരുന്നില്ല. അല്ലെങ്കിലും അവളെ താൻ ഉള്ളിന്റെ ഉള്ളിൽ അഗാധമായി സ്നേഹിച്ചിരുന്നു എന്ന കാര്യം അയാൾ തിരിച്ചറിയുന്നുമു ണ്ടായിരുന്നു. അതുകൊണ്ടാണ് മക്കളെ പ്രതിയായാലും അവളെ വേദ നിപ്പിക്കാതിരിക്കാൻ അയാൾക്ക് കഴിഞ്ഞത് എന്നും അയാൾ ആയിടയ്ക്ക് ചിന്തിച്ചു തുടങ്ങിയിരുന്നു. ഇനി ഒന്നും സംഭവിക്കില്ല. അയാൾ മനസ്സി ലുറപ്പിച്ചു. എല്ലാം ദൈവത്തിന്റെ പരീക്ഷണങ്ങൾ മാത്രം. എല്ലാം നല്ല തിന് തുടങ്ങിയ തത്ത്വശാസ്ത്ര ശകലങ്ങളും സാന്ത്വനമേകിക്കൊണ്ടിരു ന്നു. എല്ലാം കാലം മറയ്ക്കുകയും താൻ എല്ലാം മറക്കുകയും ചെയ്യു മ്പോൾ ശരിക്കും ഇന്ദുവിനെ വീണ്ടും സ്നേഹിച്ചുതുടങ്ങുമെന്നും അയാൾ പ്രതീക്ഷിച്ചു. എന്നിട്ടും...

ആറേഴുമാസങ്ങൾക്കു ശേഷം അവളുടെ ഒരു ഫോൺ സംഭാഷണം ഇങ്ങനെയായിരുന്നു:

"ഇല്ല, അയാൾക്ക് ഒരു സംശയവുമില്ല. കഴിഞ്ഞ ആഴ്ചത്തെപ്പോലെ തന്നെ മതി. എന്തു രസമായിരുന്നു. അന്നത്തെപ്പോലെ നിങ്ങളെ പറ്റി ച്ചേർന്ന് മാറിലെ രോമത്തിൽ കൈയോടിക്കാൻ കൊതിയാകുന്നു. കാറു മായി വന്നാൽ മതി. ഓഫീസിൽ ഓവർടൈമാണെന്നു പറഞ്ഞോളാം. ഉ.....മ്മ.... നാളെ കാണാം."

ഇനി എന്തിനു ജീവിക്കണം? മരിക്കാൻ അയാൾക്ക് ഭയമായിരുന്നു. അതിനെ അതിജീവിച്ച് എല്ലാം തീരുമാനിച്ചുറച്ചു. ഭക്ഷണം കഴിച്ചെന്നു വരുത്തി. മക്കൾക്ക് ഗുഡ്നൈറ്റ് പറഞ്ഞ് ജീവച്ഛവമായി ബെഡ്റൂമിലേക്ക് നടന്നു. അവൾ പതിവുപോലെ തന്നെ ഇണക്കാൻ സെന്റുപൂശി കാത്തി രിപ്പുണ്ടായിരുന്നു. അവളുടെ മണമടിച്ചാൽ തന്നെ സർവ്വനാഡികളും ഉണ രുമായിരുന്ന അയാൾ പതിവിനു വിപരീതമായി ആവേശത്തോടെ അവ ളിലേക്ക് മുറുകി ഞെരിഞ്ഞത് അവളെ അത്ഭുതപ്പെടുത്തി. പിന്നെ എപ്പോഴോ അയാളും അവളും ഉറങ്ങി. അയാൾ മാത്രം ഉണർന്നില്ല.

യേശുവിന്റെ ബ്രഡ്

പ്രമീള ഓഫീസിൽ നിന്നെത്തുമ്പോൾ കണ്ടത് മുറ്റത്ത് മക്കൾക്കൊപ്പം ബാഡ്മിന്റൺ കളിക്കുന്ന രമേശേട്ടനെയാണ്. ഇതല്ല പതിവ്. ആദ്യം വരുന്നത് റനീഷും പ്രണീഷുമാണ്. തനിയെ വീടുതു റന്ന് മേശമേൽ വച്ചിരിക്കുന്ന പാലും പലഹാരങ്ങളും കഴിച്ച്, തമ്മില ടിച്ച്, കളിച്ച്, കുളിച്ച് ഡ്രസ് മാറുമ്പോഴേക്കും നാലരയോടെ പ്രമീളയെ ത്തും. ആറുമണിയായാലേ രമേശൻ വരൂ. ചിലപ്പോൾ അത് എട്ടുമണിവ രെയും അപൂർവ്വം ദിവസങ്ങളിൽ പത്തും പതിനൊന്നും വരെയൊക്കെ നീളാറുണ്ട്. അതുകൊണ്ട് ബാറ്റെടുക്കാറുള്ളത് ഒഴിവുള്ള ദിവസങ്ങളിൽ മാത്രമാണ്.

"ഇന്നെന്താ ഇത്ര നേരത്തേ അതിശയമായിരിക്കുന്നു." അടുത്തു ചെന്ന് മക്കളുടെ കളി ആസ്വദിച്ചുകൊണ്ട് പ്രമീള ചോദിച്ചു. അയാൾ കൈ പൊക്കി ആംഗ്യം കാട്ടി – കളിയുടെ രസം പോകും പിന്നെപ്പറയാം എന്ന്.

ഇന്നിപ്പോൾ ചായ ഒന്നിച്ചിട്ടാൽ മതി. ഒരു പണി അങ്ങനെ ഒഴിവായി. പ്രമീള ആശ്വസിച്ചു. പലഹാരങ്ങൾ എന്തെങ്കിലും ഇരുപ്പുണ്ടാകുമോന്ന റിയില്ല. ഉള്ളിലെ കത്തൽ ശമിക്കണമെങ്കിൽ എന്തെങ്കിലും ചായ യ്ക്കൊപ്പം അകത്തു ചെല്ലണം. മിക്കവാറും ദിവസങ്ങളിൽ എടുത്തു വച്ച പലഹാരത്തിൽ ഒന്നും മിച്ചം കാണില്ല എന്നുമാത്രമല്ല., വിരുന്നു കാർക്ക് നല്കാൻ ടിന്നിൽ അടച്ചു അലമാരിയുടെ മുകൾത്തട്ടിൽ ഭദ്ര മായി വച്ചിരിക്കുന്ന ബേക്കറി പലഹാരങ്ങളും മക്കൾ തീർത്തുകളയും. അതുകൊണ്ടെന്താ ആരെങ്കിലും അപ്രതീക്ഷിതമായി കയറിവന്നാൽ മിക്ക വാറും ചായയിലൊതുക്കും സൽക്കാരം.

ഓഫീസ് ബാഗ് ഭിത്തിയിലെ കൊളുത്തിൽ തൂക്കി നേരെ അടുക്ക

ഓയിലേക്കു പോകവെയാണ് ഡൈനിങ് ഹാളിലെ മേശപ്പുറത്ത് ഒരു മുഴു ദിനപ്പത്രത്തിന്റെ അകമ്പടിയോടെ എന്തോ ഇരിക്കുന്നത് പ്രമീളയുടെ ശ്രദ്ധയിൽപെട്ടത്. നേരത്തെ വന്നതുകൊണ്ട് രമേശേട്ടൻ വല്ലതും വാങ്ങി യതാകും. ഒരു വലിയ ബന്നാണെന്നേ ഒറ്റനോട്ടത്തിൽ തോന്നൂ. കൈയി ലെടുത്തപ്പോൾ അതല്ല സംഗതി എന്നു മനസ്സിലായി. നല്ല ഭാരമുണ്ട്. ഒന്ന് പകുതി മുറിച്ച നിലയിലും ഉണ്ട്. കൈയിലെടുത്ത് പേപ്പറിൽ ഭദ്ര മായി തിരികെവച്ച് പകുതിയുമായി പ്രമീള ധൃതിയിൽ നടന്നു.

"അതേയ്. എന്തു പലഹാരമാണിത്. ഇതേവരെ കണ്ടിട്ടില്ലല്ലോ."

മുൻവശത്തെ ഗ്രില്ലിലെ കർട്ടൻമാറ്റി അവൾ ഉറക്കെ വിളിച്ചു ചോദിച്ചു. മറുപടി പഴയ ആംഗ്യം തന്നെയായിരുന്നു– കളിയുടെ രസം പോകും പിന്നെപ്പറയാം.

"അതേയ് ഇതു തിന്നാമോ?" വീണ്ടും ചോദ്യമുയർന്നു.

"ഓ."

അത്രമാത്രമായിരുന്നു മറുപടി.

എന്തായാലും വേണ്ടില്ല. തിന്നുക തന്നെ. ഒന്നും ഉണ്ടാക്കി കഷ്ടപ്പെ ടേണ്ടല്ലോ. എന്നു സമാധാനിച്ച് കൈയിലിരുന്നതിൽ പകുതി മുറിച്ചെടു ത്തു. ഇതുപോലെ ഒന്നുണ്ടെങ്കിൽ രണ്ടുനേരം വയറു നിറയ്ക്കാം. നാലഞ്ചു ബ്രഡുണ്ടാക്കുന്ന മാവെങ്കിലുമുണ്ടാകും. തിടുക്കത്തിൽ അടു ക്കളയിലേക്കു നടക്കുന്നതിനിടെ അവൾ അതിൽ കടിച്ചു. വളരെ ചെറിയ ഒരു പുളി രുചി. മുന്തി നില്ക്കുന്നത് ഗോതമ്പിന്റെ ചുവതന്നെ. കൊള്ളാം എന്തായാലും ആകെക്കൂടി എന്തൊക്കെയൊ ഒരു പുതുരുചി. പുതിയ പലഹാരം എന്തായാലും കുഴപ്പമില്ല. തിന്നാനും കൊള്ളാം വയറും നിറ യും. ചായയ്ക്ക് പാൽ ഫ്രിഡ്ജിൽനിന്ന് എടുത്തുകൊണ്ട് അവൾ അതിൽ വീണ്ടും കടിച്ചു. ചായ തിളച്ചു കഴിഞ്ഞപ്പോഴേക്കും മുറിച്ചെടുത്ത പല ഹാരത്തിന്റെ മുക്കാലും തീർന്നിരുന്നു. അപ്പോഴേക്കും കളി കഴിഞ്ഞ് രമേശനും മക്കളും എത്തി.

"നമ്മുടെ യേശു തിന്നുകൊണ്ടിരുന്ന ബ്രഡാ. എങ്ങനുണ്ട്. അവ ന്മാർക്ക് ഇഷ്ടമായില്ല."

ഡൈനിങ് മുറിയിലെ കസേരയിൽ ഇരുന്നുകൊണ്ട് മക്കളെ ചൂണ്ടി അയാൾ പറഞ്ഞു.

"കുഴപ്പമില്ല. ഒരു പ്രത്യേക രുചി. എവിടുന്നു കിട്ടി?" അവൾ ചോദിച്ചു.

"സ്കൂളിൽ നമ്മുടെ ജയിംസില്ലേ. അയാളുടെ ഭാര്യക്ക് ആരോ കൊടുത്തതാ. അതിൽ രണ്ടെണ്ണം എനിക്ക് തന്നു. ജയിംസ് പനിച്ചു കിട പ്പല്ലേ. ഇന്നലെ എല്ലാരും പോയിരുന്നു. എ ഇ ഒയെ കാണാൻ പോയതു കൊണ്ട് എനിക്ക് പറ്റിയില്ല. ഇന്നങ് പോയി. പിന്നെ നേരെ ഇങ്ങു പോന്നു. ദാ ഇപ്പോ എത്തിയേയുള്ളൂ."

"ജയിംസിന് വീടുപണിയുടെ പനിയാ. പതിനെട്ടുമുറിയാ. മൂന്നു നിലയും. മക്കൾ അമേരിക്കയിലുള്ളതുകൊണ്ട് എന്തുമാകാം. പക്ഷേ,

ഇപ്പോ നല്ല ടൈറ്റാ. ഗാർഡൻ 12 ലക്ഷം കൂടി വേണം അതെങ്ങനെയു ണ്ടാക്കും എന്ന ടെൻഷനിലാ അയാൾ."

"അതു കള്ളം." എന്നാരോ പറയുന്നതുപോലെ അയാൾക്കു തോന്നി. ഭയപ്പാടോടെ രമേശൻ ചുറ്റും നോക്കി.

"എന്തുപറ്റി?"

അയാളുടെ ഭാവമാറ്റം കണ്ട് ചായ ആറ്റിക്കൊണ്ടിരിക്കെ അവൾ ചോദിച്ചു.

"ഏയ് ഒന്നുമില്ല. ആരോ വിളിച്ചതുപോലെ." എന്നുപറഞ്ഞ് അയാൾ തലചെരിച്ച് ശ്രദ്ധ അഭിനയിച്ചു

"കള്ളംതന്നെ. പേടിക്കേണ്ട ഞാനാന്ന്. എന്നുപറഞ്ഞാൽ ഇവിടെ മൂന്നാമനായി ഞാൻ മാത്രമല്ലേയുള്ളൂ. മക്കൾ കുളിക്കുകയല്ലേ?"

മക്കൾ കുളിക്കുകയാണ്. പ്രമീള ചായ ആറ്റുകയും. അവിടെ മൂന്നാ മതായി ഉള്ളത് യേശുവിന്റെ ബ്രഡ് മാത്രമാണ് എന്ന ബോധത്തിലേക്ക് അയാൾ ഉണർന്നു

"എന്തിനാ വെറുതെ കള്ളം പറയുന്നേ? നിങ്ങൾ പെരുംകള്ളനാ ണെന്ന് കൂടെ എത്തിപ്പെട്ട ഉടനെ എനിക്ക് ബോദ്ധ്യമായതാണ്. ആദ്യത്തെ കള്ളം താനിന്ന് പോയത് ജയിംസിനെ കാണാനല്ല. രാവിലെ നേരെ രമണിയുടെ അടുത്തേക്കായിരുന്നില്ലേ പോക്ക്. അപ്പോൾ മുത ലുള്ള കഥകൾ എല്ലാം എനിക്കറിയാം. രാവിലെ പത്തിനു മുമ്പ് ഏതാ യാലും ജയിംസിന്റെ അടുത്ത് പോയിരിക്കാൻ തരമില്ല. ഇറങ്ങിയത് താമ സിച്ചാണെന്ന്, പത്തുമണിക്ക് രമണിയുടെ വീട്ടിൽ എത്തിയ ഉടനെ ആ സ്ത്രീയോട് പറയുന്നത് ഞാനും കേട്ടതാണ്. അടുത്ത നുണ ജയിംസ് ആണ് എന്നെ നിങ്ങൾക്ക് സമ്മാനിച്ചതെന്നത്. അതും പച്ചക്കള്ളമാണെന്ന് ഞാൻ പറയേണ്ട കാര്യമില്ലല്ലോ. കാരണം എന്നെ ജനിപ്പിച്ചത് ആരാ ണെന്ന് നിങ്ങളേക്കാൾ നന്നായി എനിക്കറിയാം. ഇനി നിങ്ങൾ എന്നോട് സമ്മതിക്കുമായിരിക്കും എന്നെ ജനിപ്പിച്ചതും സമ്മാനിച്ചതും രമണിയാ ണെന്ന്. എന്നാൽ അതും തെറ്റാണ്. എന്നെ സൃഷ്ടിച്ച് എനിക്ക് രൂപവും ഭാവവും നല്കിയത് ജറുസലേമിൽ കുക്കായി ജോലി നോക്കുന്ന തങ്കച്ചൻ പീറ്ററെന്ന തങ്കായിയാണ്. അവധിക്കെത്തി രമണിയോടുള്ള അടുത്തിട പഴകലുകൾക്കിടെ അയാൾ സമ്മാനമായി ഉണ്ടാക്കി നല്കിയതാണ് എന്നെ. ഇത്രമതിയോ എന്നെക്കുറിച്ച്. ഇനിയും കൂടുതൽ അറിയണമെ ങ്കിൽ പറയാം. രാജസ്ഥാനിലെ കബ്ബുവിന്റെ വയലിലെ ഗോതമ്പാണ് എന്റെ മജ്ജയും മാംസവും. അയാൾ ഒരു പട്ടിണിപ്പാവവും രോഗിയു മാണ്. ഗോതമ്പ് കൂനയ്ക്ക് മുകളിലാണ് ഉറക്കം. രണ്ടു മാസം മുമ്പ് ഉറ ക്കത്തിൽ അറിയാതെ മൂത്രമൊഴിച്ചുപോയി. അതാണ് എനിക്ക് ഒരു ചെറിയ പുളിപ്പ്. കഴുകിപ്പൊടിപ്പിച്ച ഗോതമ്പുമാവ് എന്നൊക്കെ കച്ചവട ക്കാർ വെറുതെ പറയുന്നതാ. എല്ലാം വാരി ഒറ്റപ്പൊടിപ്പല്ലേ."

"രമേശേട്ടാ എന്താ ആലോചിച്ചിരിക്കുന്നത്. ചായ കുടിക്. ആറി പ്പോകും."

പ്രമീള പറഞ്ഞു.

അയാൾ ചായ കുടിച്ചുകൊണ്ടിരിക്കെ അയൽപക്കത്തെ ഖദീജയും മകൻ നാലാംക്ലാസുകാരൻ റഫീക്കുമെത്തി. ഉള്ളത് എന്തായാലും മുക്കാലും മറ്റുള്ളവർക്ക് കൊടുക്കുന്ന പ്രകൃതമാണ് പ്രമീളയ്ക്ക്. ഈ സ്വഭാവം ഇടയ്ക്ക് അയാൾ വിമർശിക്കുമെങ്കിലും കൊടുക്കുന്ന കൈക ളിൽ വന്നുനിറയുന്നവ കാണുമ്പോൾ ഇക്കാര്യം സൗകര്യപൂർവ്വം മറ ക്കുകയും ചെയ്യും.

"ഇത്താ ഒരു സ്പെഷലുണ്ട്" എന്നുപറഞ്ഞ് സൗഹൃദ സംഭാഷ ണത്തിനിടെ ബാക്കിയിരുന്ന മുഴുവൻ ബ്രഡിന്റെ പകുതി മുറിച്ച് അവർക്ക് രണ്ടുപേർക്കുമായി നല്കി. പിന്നെ അവർക്ക് ചായയുണ്ടാക്കി. ഒപ്പം ബ്രഡിനെക്കുറിച്ചും ജയിംസ് ഉണ്ടാക്കുന്ന വീടിനെക്കുറിച്ചുമൊക്കെ വിവരിച്ചുകൊണ്ടിരുന്നു. അവർക്ക് അതിന്റെ രുചി ഇഷ്ടപ്പെട്ടിട്ടുണ്ടാകണം അല്പംപോലും മിച്ചം വയ്ക്കാതെ അപ്പോൾത്തന്നെ അവർ ചായ യ്ക്കൊപ്പം അതു തീർത്തു.

അന്ന് വെള്ളി. ചില ആഴ്ചകളിൽ കുട്ടികളേയും കൂട്ടി അവൾ അടു ത്തുള്ള സ്വന്തം വീട്ടിൽ പോകാറുണ്ട്. അതിന് അയാൾക്ക് എതിർപ്പില്ല എന്നു മാത്രമല്ല സന്തോഷമാണുതാനും. വല്ലതുമൊക്കെ തന്നെയു ണ്ടാക്കി കടിച്ചുപറിച്ച് കുടിച്ച് രസിച്ച് അങ്ങനെയിരിക്കാൻ പറ്റിയ ദിവസം. അവൾക്ക് ഇപ്പോൾ പരാതിയില്ല. കാരണം പരാതിപ്പെട്ടിട്ടും കാര്യമില്ലെ ന്നു കണ്ടപ്പോൾ അതൊരു സൗകര്യമായി എടുത്ത് ഇടയ്ക്ക് വീട്ടിൽപോ കുന്നു എന്നുവേണമെങ്കിലും പറയാം. അവിടെ ചെന്നാൽ ഒന്നുമറിയേ ണ്ട. അമ്മ എല്ലാം ഉണ്ടാക്കി ഊട്ടും. നിർത്താതെ സംസാരിച്ചിരിക്കാൻ അമ്മയ്ക്കും അവൾക്കും ഇഷ്ടമാണ്. കുട്ടികൾ കളിച്ചു തിമിർക്കും. ആരും അവിടെ അവരോട് പഠിക്കാൻ പറയില്ല. വീട്ടിലെപ്പോലെ അമ്മയുടെ വീട്ടിൽ അച്ഛനില്ലല്ലോ അതാണ് അവരുടെ സമാധാനം. മുത്തച്ഛന് അവ രുടെ കൂടെ മുഴുവൻ നേരവും കൂടാനാണ് താല്പര്യം. അവർക്ക് തിരിച്ചും.

അവൾക്കും കുട്ടികൾക്കും ആശ്വാസത്തിന്റെ ദിവസമാണ് അതു പോലുള്ള ശനിയാഴ്ചകൾ.

ഇപ്രാവശ്യം വീട്ടിലേക്കുള്ള യാത്രയിൽ അവൾ മിച്ചമുണ്ടായിരുന്ന ബ്രഡും പൊതിഞ്ഞെടുത്തു. യേശു ഭക്ഷിച്ചിരുന്ന ബ്രഡാണെന്നറി ഞ്ഞാൽ അച്ഛനുമമ്മയ്ക്കും ചിലപ്പോൾ ഭയങ്കര അതിശയമായിരിക്കുമെന്ന് അവൾ അയാളോട് പറയുന്നത് കേൾക്കാമായിരുന്നു.

വീട്ടിൽ എത്തിയ ഉടനെ അവൾ വിസ്മയപ്പൊതിയഴിച്ചു. അന്ന് എത്തുമെന്ന് ഫോൺ വിളിച്ചു പറഞ്ഞിരുന്നതിനാൽ അമ്മ പലഹാരവും കാപ്പിയും വിളമ്പിവച്ച് കാത്തിരിക്കുകയായിരുന്നു.

"സംഗതി കൊള്ളാമല്ലോ." എന്നുപറഞ്ഞ് അച്ഛൻ കുറച്ചുനേരം ബ്രഡ് പിടിച്ച് തിരിച്ചും മറിച്ചും നോക്കിക്കൊണ്ടിരുന്നു. പിന്നെയൊന്ന് കടിച്ചുരുചിച്ചു. എന്നിട്ട് അമ്മയുടെ നേരെനീട്ടി. അമ്മയും അച്ഛന്റെ പ്രവൃത്തി ആവർത്തിച്ചു. ഇടയ്ക്കിടെ മുക്കിനോടടുപ്പിച്ച് മണപ്പിച്ചു. എന്നിട്ടാണ് രുചി

നോക്കിയത്.

"ഇങ്ങുതാ തരക്കേടില്ല."

വായിലെ മിച്ചം ബ്രഡിന്റെ അംശങ്ങൾ നാവുകൊണ്ട് തോണ്ടി വിഴു ങ്ങിക്കൊണ്ട് അച്ഛൻ അമ്മയുടെ നേരെ കൈ നീട്ടി. എന്നിട്ട് അതിന്റെ പകുതി കത്തികൊണ്ട് മുറിച്ചു. ആ പകുതി വീണ്ടും മുറിച്ച് ഒന്ന് അമ്മയ്ക്കു നല്കി. പലഹാരത്തിൽ മുഴുകിയിരുന്ന കൊച്ചുമക്കൾക്കൊപ്പം അവരും കൂടി. ചായയ്ക്കൊപ്പം കൊണ്ടുവന്നതിൽ പകുതി രണ്ടുപേരും കൂടി രുചിയോടെ കഴിച്ചുതീർത്തു. അപ്പോഴേക്കും കുട്ടികൾ കളിയുടെ നല്ല മൂഡിൽ ആയിക്കഴിഞ്ഞിരുന്നു.

അപ്പോഴായിരുന്നു അയൽക്കാരി ലണ്ടൻകാരി ബ്രിജീത്താമ്മയുടെ വരവ്. പ്രമീളയും ബ്രിജീത്തയും ഒന്നുമുതൽ പത്തുവരെ ഒരേ ക്ലാസിൽ പഠിച്ചവരാണ്. സത്യത്തിൽ ബ്രിജീത്ത വന്നെന്നറിഞ്ഞ് അവളെ കാണാനും കൂടിയാണ് എത്തിയത്. അല്ലെങ്കിൽ വരേണ്ടത് അടുത്ത ആഴ്ചയാണ്. അതായത് മാസത്തിൽ വീട്ടിലേക്ക് രണ്ട് വരവ്.

ചോക്ലേറ്റും പൊതികളുമായി എത്തിയ അവർ അതു കുട്ടികൾക്കു നല്കി. പിന്നെ അമ്മയോടും അച്ഛനോടും കുശലം പറഞ്ഞ് പ്രമീളയെ കെട്ടിപ്പിടിച്ച് വിശേഷങ്ങളുടെ പെരുമഴയൊഴുക്കി.

ബ്രിജീത്ത തിരിച്ച് പോകാനൊരുങ്ങുമ്പോൾ ഒരു പൊതിയുമായി അമ്മയെത്തി.

"മോളേ ഇത് പണ്ട് യേശു തിന്നിരുന്ന ബ്രഡാ. ഇവൾക്ക് ആരോ കൊടുത്തതാ. കൊണ്ടുവന്നതിൽ പകുതി ഞങ്ങൾ കഴിച്ചു. ചാച്ചനും അമ്മച്ചിക്കും കൊടുത്താ അവർക്ക് വലിയ താല്പര്യമായിരിക്കും."

ബ്രിജീത്ത ഒന്നും പറയാതെ പൊതി കൈയിൽ വാങ്ങി യാത്രപറ ഞ്ഞിറങ്ങി. പ്രമീളയുടെ അമ്മ പണ്ടേ അങ്ങനെയാ. ബ്രിജീത്തയ്ക്കുമാ ത്രമല്ല, വീട്ടിൽ ആരുവന്നാലും എന്തെങ്കിലും കൊടുത്തേ വിടൂ. പ്രത്യേ കിച്ച് താൻ മകളെപ്പോലെ കരുതുന്ന ബ്രിജീത്തയ്ക്ക്. അമ്മയുടെ ആ ശീലമാണ് മകൾക്കെന്ന് രമേശൻ ഇടയ്ക്ക് പറയാറുണ്ട്.

ബ്രിജീത്തയുടെ മാതാപിതാക്കളായ ലൂക്കയും ത്രേതിയും ആദ്യ മായാണ് അത്രയും കട്ടിയുള്ള പലഹാരം കാണുന്നതുതന്നെ.

"ശരിക്കും യേശുവിന്റെ കാലത്തെ അപ്പം പോലെതന്നെ. നമ്മൾ മിശിഹാ ചരിത്രം സിനിമയിൽ കണ്ടിട്ടില്ലേ. അതിനേക്കാളും മുഴുപ്പുണ്ട് അല്ലേ."

ബ്രഡ് തിരിച്ചും മറിച്ചും നോക്കിക്കൊണ്ടിരുന്ന ലൂക്കയുടെ കൈയിൽനിന്ന് അത് തട്ടിപ്പറിച്ചുകൊണ്ട് ത്രേതി പറഞ്ഞു.

"ഏയ് പോരാ അത്രയും മുഴുപ്പില്ല"

"ഉണ്ട്."

ത്രേതിയും ലൂക്കായും തമ്മിൽ വാക്ക് തർക്കം മുറുകിക്കൊണ്ടിരി ക്കെയാണ് വേലക്കാരി പുറത്തേക്കു വന്നത്. മകൾ വന്നതുകൊണ്ട് ഇനി രാത്രി കൂട്ടുവേണ്ട. ബ്രിജീത്ത വന്ന അന്നുമുതൽ രാത്രി പണിയൊക്കെ

തീർത്ത് രാത്രിയിൽ സ്വന്തം വീട്ടിലേക്ക് പോകും.

"ഇന്നാ ബ്രിജീത്താ മോള് ലണ്ടനീന്ന് കൊണ്ടുവന്നതാ. ഭയങ്കര വെലയുള്ളതാ. ഈശോയുടെ കാലത്ത് എല്ലാരും തിന്നോണ്ടിരുന്ന അപ്പമാ. തിന്നിട്ടു പൊയ്ക്കോ." കഴിച്ചുകൊണ്ടിരുന്നതിൽനിന്ന് ഒരു ചെറുകഷണം മുറിച്ചെടുത്ത് ലൂക്കാ അവർക്ക് നല്കി. അപൂർവ്വ സാധനം കൈയോടെതന്നെ അവർ വായ്ക്കുള്ളിലാക്കി കടിച്ചിറക്കാൻ ബദ്ധപ്പെട്ടുകൊണ്ട് ഇറങ്ങി നടന്നു.

"നമ്മള് ശരിക്കും ഭാഗ്യം ചെയ്തോരാ അല്ലേ. ഇന്നാള് പോപ്പ് തിന്നുന്ന തക്കാളിയിട്ട് കൊഴലുപോലുള്ള സാധനം മഠത്തീന്ന് തന്നില്ലേ. ഇനിപ്പോ ഈശോ തിന്നുന്ന അപ്പവും തിന്നു." തനിക്കായി മുറിച്ചു കിട്ടിയ അപ്പക്ഷണത്തിൽ കടിച്ചുകൊണ്ട് ത്രേതി ലൂക്കായോട് പറഞ്ഞു.

"എന്തോന്ന് ഭാഗ്യം. എല്ലാരും മരിക്കണ പോലെ നമ്മളും മരിക്കും. പിന്നത്തെ കാര്യം ആർക്കറിയാ." ലൂക്കാ മറുപടി പറഞ്ഞു.

"അന്നും ഇതിനു പുളി ഒണ്ടായിരുന്നിരിക്കും അല്ലേ. ഇതിപ്പോ അത്ര ഉണക്കും പോരാ. അന്ന് കർത്താവിന്റെ രാജ്യത്തൊട്ടാകെ ആകെ ചൂടായിരുന്നില്ലേ. അപ്പോ അന്ന് അപ്പം നല്ല ഉണങ്ങീട്ടായിരുന്നിരിക്കും അല്ലേ." ഭക്ഷണം ആസ്വദിച്ചുകൊണ്ടിരിക്കെ ത്രേതി പറഞ്ഞു.

"നീ ഒന്ന് മിണ്ടാതിരി ത്രേത്യ. അങ്ങനൊന്നും ആയിരിക്കത്തില്ല. അറിയാത്ത കാര്യത്തെക്കുറിച്ച് കുറച്ചൊക്കമാത്രേ പറയാവൂ." ലൂക്ക തട്ടി ക്കയറി.

"പിന്നെ നിങ്ങളു ചുമ്മാതിരി. അങ്ങനെ തന്നെ ആരിക്കും. നിങ്ങളു മാത്രമേയുള്ളൂ ഭയങ്കര പുത്തിമാൻ."

"എന്തിനാ തർക്കം?"

ആരോ ചോദിച്ചപോലെ ലൂക്കായ്ക്ക് തോന്നി.

അയാൾ ചുറ്റും നോക്കി. പക്ഷേ, ആരേയും കണ്ടില്ല.

"അതിശയിക്കേണ്ട ഞാനാ യേശു. ഇക്കഥയിലെ മുഖ്യ കഥാപാത്രം. ആദ്യംതന്നെ നിങ്ങളുടെ സംശയം ഞാൻ മാറ്റിത്തരാം. ഞാനാണല്ലോ ഇത് കഴിച്ചിട്ടുള്ളത്. സംഗതി ഇതുപോലെ ഒക്കത്തന്നയാ അന്നും ഉണ്ടായിരുന്നത്. സമറിയയിലും ഗലീലിയിലും യൂദയായിലുമൊക്കെ എല്ലാ വർക്കും ഏറ്റവും പ്രിയപ്പെട്ട ഭക്ഷണമായിരുന്നു ഇത്. പക്ഷേ, അതിന് പുളിപ്പുണ്ടായിരുന്നില്ല. മാത്രമല്ല ഇത്രയും ഉറപ്പുമില്ല. പിന്നെ അന്നും ഇന്നും തമ്മിൽ പ്രധാനപ്പെട്ട വ്യത്യാസമുണ്ട്. ഇന്നെന്തിലും മായമാ. എങ്ങനെയേലും കാശുണ്ടാക്കണം എന്ന ഒറ്റച്ചിന്തയേ ഉള്ളൂ. അന്ന നനത്തെ അപ്പത്തിനായി അപേക്ഷിക്കാനും അത് നെറ്റിയിലെ വിയർപ്പു കൊണ്ട് ഉണ്ടാക്കാനുമാണ് ഞാൻ നിങ്ങളെ പഠിപ്പിച്ചത്. പക്ഷേ, നാലും അഞ്ചും തലമുറയ്ക്ക് കഴിയാനുള്ളതാ കട്ടും പിടിച്ചു പറിച്ചുമൊക്കെ നിങ്ങൾ ഉണ്ടാക്കുന്നത്. കാര്യം എല്ലാർക്കും എന്നിലാ വിശ്വാസം. പക്ഷേ, കാര്യത്തേലെത്തുമ്പോ, പണ്ട് നിങ്ങടെ ഏതോ ഒരു കവി പറഞ്ഞപോലെ

കീശയിലാ ആശ്വാസം."

"അതു പിന്നെ യേശുവേ.."

"എന്തോന്നാ മനുഷ്യാ പിച്ചും പേയും പറയുന്നത്. ഈശോടെ അപ്പം കഴിച്ചപ്പോ തന്നെ കർത്താവ് നിങ്ങളീ കേറിയോ."

ത്രേത്യ സംശയം മറച്ചുവച്ചില്ല.

അവസാന കഷണവും രണ്ടുപേരുംചേർന്ന് തിന്നുന്നതിനിടെ താഴെ വീണ ഒരു പൊടിക്കഷണത്തിൽ മാത്രമാണ് ഇപ്പോൾ ബ്രെഡ് അവശേ ഷിക്കുന്നത്. ഇനിയും പറയാനാണെങ്കിൽ ഏറെയുണ്ട്. രാജസ്ഥാനിൽ നിന്നുള്ള യാത്രയെക്കുറിച്ചും തങ്കായിയുടെ വെള്ളം ചേർക്കാതുള്ള വെള്ളമടിയെക്കുറിച്ചും രമണിയുമായുള്ള കാര്യങ്ങ..

വയറുനിറഞ്ഞ സംതൃപ്തിയോടെ ഒരു കൂനനുറുമ്പ് ഊണുമേശ യുടെ അടിയിലൂടെ അപ്പോൾ നടന്നുനീങ്ങി.

വിശുദ്ധ പൂശ

പൂച്ചയ്ക്ക് ആത്മാവുണ്ടോ? അതിന് മനുഷ്യനുമായി എന്തെങ്കിലു മൊക്കെ സാമ്യമുണ്ടോ? പൂച്ചയെ വിശുദ്ധനായി പ്രഖ്യാപിക്കാനോ വി. പൂച്ച എന്ന് എഴുതാനോ പറയാനോ കഴിയുമോ? ഇത്തരം ചോദ്യങ്ങൾ അയാളെ വല്ലാതെ അലട്ടാൻ തുടങ്ങിയിട്ട് മാസം രണ്ടുമൂന്നായി.

സംഗതി മുളപൊട്ടി വളർന്ന് തലപൊട്ടിപ്പോകുമെന്ന അവസ്ഥയി ലായി. ആരോടെങ്കിലും ഒന്നു പറയാൻ പൊതുവേ അന്തർമ്മുഖനായ അയാൾ ആശിച്ചു. അങ്ങനെ അധികം വൈകാതെ ഒരു ദിവസം പുഴക്ക ടവിൽ പുലർച്ചെയുള്ള കുളിക്കിടെ ആത്മസുഹൃത്ത് കരുണന്റെ മുമ്പിൽ ആത്മസംഘർഷത്തിന്റെ കെട്ടഴിച്ചിട്ടു.

"പൊട്ടൻ, നീയെന്തിനാ വേണ്ടാത്തതൊക്കെ ചിന്തിക്കുന്നെ? നമു ക്കൊക്കെ ഇപ്പറഞ്ഞ സാധനങ്ങളൊണ്ടോന്നാർക്കറിയാ. അതിനെ ടേലോ അവന്റെ ഒരു പൂച്ചസംശ്യം."

കരുണന്റെ മറുപടി അയാളെ നിരാശനും നിശ്ശബ്ദനുമാക്കി.

കളക്ടറേറ്റിലെ ഉദ്യോഗസ്ഥനാണ് അയാളുടെ ചെറുപ്പകാല സതീർത്ഥ്യനും അഞ്ചാറുവീട് അപ്പുറം താമസക്കാരനുമായ കരുണൻ. കഥയെഴുത്തിന് കരുണന് സമ്മാനം കിട്ടിയത് കഴിഞ്ഞ ദിവസം പത്ര ങ്ങളിൽ അച്ചടിച്ചുവന്നിരുന്നു. ഈ വാർത്ത കണ്ട ശേഷമാണ് സ്വകാര്യ കമ്പനിയിൽ പിയൂൺ മുത്ത് ക്ലാർക്കായ അയാൾ ബുദ്ധിജീവിയായ സുഹൃത്തിനോട് മനസ്സു തുറക്കാൻ തീരുമാനിച്ചത്. ഏതായാലും സംഭാ ഷണം അവിടെ അവസാനിപ്പിച്ച് അയാൾ വേഗം മടങ്ങി.

ഒരു സുപ്രഭാതത്തിൽ കുറേ ചോദ്യങ്ങൾ ആരുടേയും സൈ്വരം കെടുത്തിത്തുടങ്ങില്ലല്ലോ. അയാളുടെ കാര്യത്തിലും ഈ സാമാന്യ തത്ത്വം ശരിയാണ്.

ഇനി ഫ്ലാഷ്ബാക്കാണ് – അയാളെ ചോദ്യശരങ്ങൾ കുത്തി നോവിച്ചു തുടങ്ങിയതിന്റെ കഥ.

അന്ന് ഒരു ഞായറാഴ്ചയായിരുന്നു. ഇത്തരം അവധി ദിവസങ്ങളിൽ വൈകുന്നേരം ചാണകം മെഴുകിയ ചായ്പിലേക്കിറങ്ങുന്ന കട്ടിളപ്പടിയിൽ ഇരിക്കാനാണ് അയാൾക്ക് താല്പര്യം. അവിടെ സ്വസ്ഥരായിരുന്നാണ് അയാളും ഭാര്യയും ചായ കുടിക്കുക. മക്കൾ ഊണുകഴിഞ്ഞ് അവധി യാലസ്യ മയക്കം കഴിഞ്ഞുവരുമ്പോഴേക്കും ചായയും കുടിച്ച് ഒരാഴ്ച ത്തേക്കുള്ള വെടിയും പറഞ്ഞുകഴിഞ്ഞിരിക്കും.

കുട്ടികളുടെ ഉറക്കം പകുതി കഴിഞ്ഞു കാണണം. നീളൻ ചായ്പിൽ ഒരുഭാഗം മുഴുവൻ ഉയർന്നു കിടന്ന വിറകുകൂനയ്ക്കു മുകളിൽ പന്തി യില്ലാത്ത അനക്കം.

അയാൾ ജാഗരൂകനായി. ചായ പടിയിൽ വച്ച് ഓടി മുറ്റത്തിറങ്ങി ഒരു കൊന്നക്കമ്പ് ഒടിച്ചെടുത്ത് വേഗം എത്തി. പിന്നെ പ്രശ്ന ഭാഗത്തേക്ക് പതുങ്ങി കയറാൻ തുടങ്ങി.

"സൂക്ഷിച്ചുവേണം. വല്ല പാമ്പുമാണെങ്കിൽ ചെലപ്പോ മേത്തോട്ട് ചാടിക്കളയും." ഭാര്യ മുന്നറിയിപ്പു നല്കി.

ഓരോ ചുവടു വയ്ക്കുംതോറും അയാളുടെ ഹൃദയമിടിപ്പ് കൂടിക്കൊ ണ്ടിരുന്നു.

"വല്ലതും കാണുന്നുണ്ടോ?" എന്ന് ചോദിച്ചുകൊണ്ട് ഭാര്യ അയാ ളുടെ മുന്നിലേക്ക് ആകാംക്ഷയോടെ ഒതുങ്ങി നിന്നു.

കൂടുതൽ കാൽപ്പെരുമാറ്റം കേട്ടതുകൊണ്ടാകണം, രണ്ടു വെളുത്ത പൂച്ചകൾ ഭിത്തിചേർന്നോടി താഴെയിറങ്ങി ഭയപ്പാടോടെ ആവർത്തിച്ച് തിരിഞ്ഞു നോക്കിക്കൊണ്ട് മറഞ്ഞു.

അയാൾ അതിശയിച്ചു.

സാധാരണഗതിയിൽ പൂച്ചകൾ ആ വീടിന്റെ അഞ്ചയൽപക്കത്തു പോലും വരാൻ ധൈര്യപ്പെടാറില്ല. അയാളുടെ അമ്മ ഒരോതയ്ക്ക് അവയെ അത്രയ്ക്കു വെറുപ്പാണ്. എവിടെക്കണ്ടാലും കല്ലെറിഞ്ഞ് ഓടി ക്കും. ഒപ്പം, നാശങ്ങൾ, എന്നു പിറുപിറുക്കുകയും ചെയ്യും. അതുകൊ ണ്ടുതന്നെ അന്നാട്ടിലുള്ള പൂച്ചകളൊന്നും റിസ്കെടുക്കാൻ തയ്യാറല്ലാ യിരുന്നു. അങ്ങനെ അവരുടെ വീടും പരിസരവും പൂച്ചവിമുക്ത പ്രദേശ മായി മാറിയിട്ട് വർഷങ്ങളായി.

കൈയിലിരുന്ന വടി ദൂരേക്ക് എറിഞ്ഞുകളയാൻ ഭാവിക്കവെ വീണ്ടും അനക്കം. അത് അയാളെ അത്ഭുതപ്പെടുത്തി. പൂച്ചകൾ ഇരുന്ന ഇടത്ത് ഏതായാലും പാമ്പുകൾ ഉണ്ടാകില്ല എന്ന ധൈര്യത്തിൽ അയാൾ മുക ളിലേക്ക് പിന്നെയും വലിഞ്ഞുകയറി.

വീണ്ടും പൂച്ച.

അടുത്തുകണ്ടിട്ടും ഇറങ്ങി ഓടാത്ത പൂച്ചയുടെ ധൈര്യം ഓർത്ത് അയാൾ അതിശയിച്ചു. കൈയിലിരുന്ന കമ്പുകൊണ്ട് അതിനെ കുത്തു ന്നതുപോലെ ഭാവിച്ചു. എന്നാൽ അതു പേടിച്ച ഭാവംപോലും കാണി

ചില്ല.

അപ്പോഴാണ് വിറകിൽ ചോര പോലെ ചിലത് ചുവന്നു ഒഴുകിക്കിട ക്കുന്നത് കണ്ണിൽപ്പെട്ടത്. അത് അപ്പോൾത്തന്നെ അയാൾ ഭാര്യയോടു പറഞ്ഞു.

"വല്ല പാമ്പിനേം പിടിച്ചോണ്ടുവന്ന് തിന്നുന്നതായിരിക്കും."

അവൾ പറഞ്ഞു.

അവർ ഇപ്രകാരമൊക്കെ പറഞ്ഞുകൊണ്ടിരിക്കെ അയാൾ ആഞ്ഞു കുത്തി. എന്നിട്ടും അത് അല്പം മാറാൻപോലും കൂട്ടാക്കിയില്ല. ഇത് അയാളുടെ ആകാംക്ഷ വർദ്ധിച്ചു. എന്തോ സംഗതി അനക്കമില്ലാത്ത പൂച്ചയ്ക്കു പിന്നിൽ ഉണ്ട് എന്ന് ഉറപ്പിച്ചുകൊണ്ടിരിക്കെ അയാൾ ആ കാഴ്ച കണ്ടു.

അത് പ്രസവിക്കുകയാണ്!

ശബ്ദംതാഴ്ത്തി അയാൾ അതും ഭാര്യയോടു പറഞ്ഞു. പിന്നെ പതിഞ്ഞ കാല്പയ്പുകളോടെ താഴെയിറങ്ങി.

"ശല്യപ്പെടുത്തേണ്ട. അമ്മ അറിയുകയും വേണ്ട. മക്കൾക്ക് വലിയ സന്തോഷമാകും. പ്രത്യേകിച്ച് പെണ്ണിന്." അയാൾ അവളോട് മന്ത്രിച്ചു.

ഇളയവൾ കുഞ്ഞുമോൾ വീട്ടിൽ എല്ലാവർക്കും പെണ്ണാണ്. അവൾക്ക് പൂച്ചയെന്നാൽ ജീവനാണ്. അമ്മവീട്ടിൽ ഉള്ളതുപോലെ ഒരു 'പൂശ'യെങ്കിലും തന്റെ വീട്ടിലും വേണം എന്ന് അവൾ ശാഠ്യം പിടി ക്കാൻ തുടങ്ങിയിട്ട് നാലഞ്ചുവർഷമായി. ഇന്ന് അവൾക്ക് വയസ്സ് പന്ത്രണ്ട്.

"ആദ്യം നീ പൂച്ചാന്ന് വൃത്ത്യായി പറയാൻ പഠി എന്നിട്ടുമതി അതിനെ കൊണ്ടോരുന്ന കാര്യം. കണ്ടതൊക്കെ വലിച്ചുവാരിത്തിന്ന് നെന്റെ അമ്മേടൊപ്പം വലുപ്പായി എന്നിട്ടും നാണല്ലേ പൂശാന്ന് പറയാൻ."

ഇക്കാര്യത്തിൽ വാശി പിടിത്തം ഉണ്ടാകുമ്പോഴെല്ലാം വല്യമ്മ ഒരോത ഇങ്ങനെ ഓരോന്ന് പറഞ്ഞ് കളിയാക്കും.

പഠനത്തിൽ അത്ര മിടുക്കിയൊന്നുമല്ലാത്തതിനാൽ എല്ലാത്തിനും എ പ്ലസ് മേടിച്ചാൽ പൂച്ചക്കുട്ടിയെ കൊണ്ടുവരാമെന്ന് രണ്ടുവർഷംമുമ്പ് അയാൾ അവൾക്ക് വാക്കു നല്കിയിട്ടുണ്ട്. എ പ്ലസ് സാദ്ധ്യത ഉണ്ടാ കാൻ ഒരു തരവുമില്ലാത്തതിനാൽ അമ്മയെ ഒരിക്കലും ബുദ്ധിമുട്ടിക്കേ ണ്ടിവരില്ല എന്ന ആശ്വാസത്തിലായിരുന്നു അയാളുടെ ആ വാക്കു നല്കൽ.

"മിടുക്കിയായി പഠിച്ചാൽ അപ്പൻ ഒറപ്പായും പൂച്ചയെ കൊണ്ടോരും."

അയാളുടെ വാക്കുകൾ കേട്ടുനിന്ന വല്യമ്മയും അവളെ പ്രോത്സാ ഹിപ്പിച്ചു. അതുകേട്ട് അയാൾ അതിശയിച്ചു.

ഏതായാലും കഴിഞ്ഞ ഓണപ്പരീക്ഷയിൽ അവൾക്ക് ഒന്നിനുമാത്ര മാണ് എ പ്ലസ് ലഭിക്കാതെയുള്ളത്. അങ്ങനെ പൂച്ചയെ വളർത്താനുള്ള എല്ലാ സാഹചര്യങ്ങളും ഒത്തുവരുന്നുണ്ട് എന്ന് അയാൾ കണക്കുകൂട്ടി കൊണ്ടിരിക്കുന്ന സമയത്തായിരുന്നു ഈ സംഭവമെല്ലാം നടക്കുന്നത്.

"ഇപ്പോൾ ആരോടും ഒന്നും മിണ്ടേണ്ട. രണ്ടു മൂന്നു ദിവസം കഴി യുമ്പോൾ ഇതുങ്ങൾ കരഞ്ഞു തുടങ്ങും. അതുകേട്ട് മക്കള് അതിശയി ക്കട്ടെ."

അയാൾ ഭാര്യയോടു പറഞ്ഞു. അവൾ തലയാട്ടി. പിന്നെ രണ്ടു പേരും ശബ്ദമുണ്ടാക്കാതെ പിന്മാറി ദിനചര്യകളിൽ മുഴുകി.

ദിവസങ്ങൾ അഞ്ചാറു കഴിഞ്ഞു. അന്നും ഞായറാഴ്ചയാണ്. പതി വുപോലെ ചായ്പിൽ വാതിൽപ്പടിയിൽ ചായ കുടിച്ചുകൊണ്ടിരിക്കെയാണ് അക്കാര്യം അയാൾ ഓർത്തത്. കുഞ്ഞുകരച്ചിലുകളോ അനക്കമോ പോലും കേൾക്കാനില്ല

"ടേയ് പൂച്ചക്കുഞ്ഞുങ്ങടെ അനക്കമൊന്നുമില്ലല്ലോ. ചെലപ്പോ പാലു കുടിച്ച് വയറുനെറച്ച് അമ്മയോടൊട്ടിക്കിടന്നു മയങ്ങുകയായിരിക്കും."

അയാൾ ഭാര്യയോട് പറഞ്ഞ് ആശ്വസിച്ചു.

"ആയിരിക്കും. ശല്യപ്പെടുത്തേണ്ട."

അവൾ അനുകൂലിച്ചു.

ഉൽക്കണ്ഠ വിട്ടുമാറിയില്ല. അത് ശമിപ്പിക്കാൻ അയാൾ വേഗം വിറ കുകൂനയ്ക്കു മുകളിലേക്ക് കയറി. അവിടെ കണ്ട കാഴ്ച ഞെട്ടിച്ചു. മൂന്നു മുഴുത്ത പൂച്ചക്കുഞ്ഞുങ്ങൾ അനക്കമില്ലാതെ കിടക്കുന്നു. അഞ്ചാറ് ഈച്ച കൾ അവിടെ ചുറ്റിക്കറങ്ങുന്നുമുണ്ട്. അക്കാഴ്ച അയാളെ ഏറെ വേദനി പ്പിച്ചു. താൻ കമ്പുകൊണ്ട് കുത്തിയതോ പേടിപ്പിച്ചതോ ഒക്കെയാകാം ആ മരണങ്ങൾക്ക് കാരണം എന്ന തോന്നൽ അയാളെ വീണ്ടും കുത്തി നോവിച്ചു.

"എന്തുപറ്റി, എല്ലാം ചത്തുപോയി അല്ലേ?"

അയാളുടെ മുഖഭാവം ശ്രദ്ധിച്ചുകൊണ്ട് ഭാര്യ ചോദിച്ചു.

"ഏതായാലും ആരോടും പറയാതിരുന്നത് നന്നായി."

അയാൾ മറുപടിയെന്നോണം പറഞ്ഞു. പിന്നെ അവയെ ഒരു പത്ര ക്കടലാസിലെടുത്ത് മുറ്റത്തിന് പുറത്തേക്ക് എറിഞ്ഞുകളഞ്ഞു.

അക്കാര്യം അങ്ങനെ അവസാനിച്ചെന്ന് അയാൾ സമാധാനിച്ചു. പക്ഷേ, അതുവെറുതെയായി. സംഭവം കഴിഞ്ഞ് മുറ്റത്ത് പുല്ലുപറിച്ചു കൊണ്ടിരിക്കുമ്പോഴാണ് പെണ്ണ് ഉച്ചയുറക്കം എഴുന്നേറ്റ് കണ്ണുതിരുമ്മി അങ്ങോട്ടുവന്നത്.

അവളെ അതിശയിപ്പിക്കാൻ സംഭവങ്ങൾ സംബന്ധിച്ച ഒരു ക്ലൂ നല്കി. അത്രയേയുള്ളൂ. വിറകിനു മുകളിൽ പൂച്ചക്കുഞ്ഞുങ്ങൾ ഉണ്ടായി എന്നു കേട്ടപ്പോഴേ അവൾ അലറിവിളിച്ച് ചായ്പിലേക്കോടി. വളരെപ്പെ ട്ടെന്ന് നിരാശയോടെ തിരികെ വരികയും ചെയ്തു.

"അച്ഛാ അവിടെ ഒന്നും കാണുന്നില്ലല്ലോ" എന്ന് അവൾ പറഞ്ഞ ശേഷമാണ് അയാൾ ബാക്കി കഥ പറഞ്ഞതും കേൾക്കാൻ അവൾ സാവ കാശം കാണിച്ചതും.

"വാവകളെ എവിടെയാ കളഞ്ഞെ?"

"പള്ളിക്കാട്ടിൽ."

അധികം ഉത്സാഹം കാണിക്കാതെ മുറ്റത്ത് പൊങ്ങി വളർന്നുകൊ
ണ്ടിരുന്ന പുൽത്തലപ്പുകൾ പറിച്ചുകൊണ്ട് അയാൾ പറഞ്ഞു. അങ്ങനെ
സംഗതി തീരുമല്ലോ എന്നാണ് അയാൾ ആശ്വസിച്ചിരുന്നതെങ്കിലും
അവൾ വീണ്ടും നിർബ്ബന്ധിച്ചുകൊണ്ടിരുന്നു. പുല്ലു പറിക്കൽ തുട
രാൻപോലും സമ്മതിക്കാതെ അവൾ അയാളുടെ ചുമലിൽ കുലുക്കി
ക്കൊണ്ട് ശാഠ്യം കൂട്ടിക്കൊണ്ടിരുന്നു. ആ തടസ്സം ഒഴിവാക്കാൻ അവ
ളോട് ലോഹ്യം കൂടാൻ കാണിച്ച സമയത്തെ പഴിച്ച് എവിടെയാണ്
അവയെ ഉപേക്ഷിച്ചതെന്ന് അയാൾ ചൂണ്ടിക്കാട്ടി.

അവൾ വേഗം അങ്ങോട്ടോടി. ആർത്തുവളർന്നുനിന്ന കുറ്റിക്കാടിനി
ടയിലേക്ക് ചാടിയിറങ്ങി പരതിക്കൊണ്ടിരുന്നു. അയാൾ പുല്ലുപറിക്കൽ
തുടർന്നുകൊണ്ടുമിരുന്നു.

ഏതാനും നിമിഷങ്ങൾ കഴിഞ്ഞു. വാഴയിലത്തുണ്ടിൽ പൊതിഞ്ഞ
ഒരു പൂച്ചക്കുഞ്ഞുമായി അവൾ വരുന്നതാണ് അയാൾ പിന്നെ കാണു
ന്നത്. നാറ്റം പരത്തിക്കൊണ്ട് അതിനെ അവൾ അയാളുടെ മുമ്പിലൂടെ
മുറ്റത്തിന്റെ മൂലയ്ക്കുള്ള പൈപ്പിൻ ചുവട്ടിലേക്ക് കൊണ്ടുപോയി. പിന്നെ
സ്നേഹപ്രകടനങ്ങളോടെ ഒരു കുഞ്ഞിനെ കുളിപ്പിക്കുന്ന ശ്രദ്ധയോ
ടെയും ചിണുക്കത്തോടെയും അതിനെ കഴുകി.

"നീ എന്താ ഈ കാട്ടുന്നേ. അണുക്കൾ മേത്ത് കയറില്ലേ."
അയാൾ അരിശപ്പെട്ടു.

എന്നാൽ അതൊന്നും അവൾ കേട്ടതേയില്ല. വാത്സല്യത്തോടെ മൃദു
വായി തഴുകി അതിനെ കുളിപ്പിക്കുന്ന മകളെ കണ്ടപ്പോൾ അയാൾക്ക്
അനുകമ്പതോന്നി. വളരെ മുമ്പേതന്നെ ഒരു പൂച്ചക്കുഞ്ഞിനെ വാങ്ങി
നല്കേണ്ടതായിരുന്നു എന്നു തോന്നുകയും ചെയ്തു.

"അച്ഛാ ഇതും മനുഷ്യനല്ലേ? ഇതിനേയും മനുഷ്യനെപ്പോലെ അട
ക്കേണ്ടേ?"

കുളിപ്പീരു കഴിഞ്ഞ് അവൾ അയാളോട് ചോദിച്ചു. അതിശയ
ത്തോടെ അയാൾ അവളുടെ ചോദ്യത്തിന്റെ പൊരുൾ തേടിക്കൊണ്ടി
രിക്കെ അവൾ പൈപ്പിനടുത്തു കിടന്ന ഒരു കമ്പെടുത്ത് മുറ്റക്കെട്ടന് പുറ
ത്തേക്കാഞ്ഞുനിന്ന് ഒരുചെറുകുഴികുത്തി. പൂച്ചക്കുഞ്ഞിനെ വളരെ
സൂക്ഷ്മതയോടെ എടുത്ത് അതിൽ വച്ചു. കുഴി മണ്ണിട്ടു മൂടി. മുകളിൽ
ഒരു കുനയുണ്ടാക്കി. ശേഷം അടുത്തുനിന്ന വാടാമുല്ലയിൽനിന്ന് കുറച്ചു
പൂക്കൾ പറിച്ച് അതിനു മുകളിൽ വച്ചു.

എന്നിട്ട് അവൾ പള്ളിയിൽ കല്ലറയ്ക്കരികിൽ ആത്മാക്കളുടെ
മോക്ഷത്തിന് നടത്തുന്ന പ്രാർത്ഥനയെ അനുകരിച്ച് കൈകൂപ്പി കണ്ണ
ടച്ചുനിന്ന് പ്രാർത്ഥിച്ചുതുടങ്ങി.

"സ്വർഗ്ഗസ്ഥനായ ഞങ്ങടെ പിതാവേ, അങ്ങേടെ നാമം പൂജിതമാ
കണേ... അങ്ങേടെ രാജ്യം വരണേ. അങ്ങേടെ തിരുമനസ്സ് സ്വർഗ്ഗത്തി
ലെപ്പോലെ ഭൂമിയിലുമാകണേ... വിശുദ്ധ പൂശയെ ഞങ്ങൾക്കുവേണ്ടി
അപേക്ഷിക്കണേ."

പ്രാർത്ഥനയുടെ അവസാനം അവളുടെ ശബ്ദം ഉച്ചത്തിലായി.

അടക്കം കഴിഞ്ഞ് കുരിശും വരച്ച്, എല്ലാം അത്ഭുതത്തോടെ നോക്കി കണ്ടുകൊണ്ടിരിക്കുകയായിരുന്ന അയാളുടെ നേരെ തിരിഞ്ഞ് അവൾ പറഞ്ഞു.

"അച്ഛാ അത് കുഞ്ഞല്ലേ. പാപൊന്നും ഇല്ലാത്തോണ്ട് തീർച്ചയായും വിശുദ്ധയായിരിക്കും. നമ്മടെ കാര്യങ്ങൾ അതിനോട് പറഞ്ഞാ ദൈവ ത്തോടപേക്ഷിച്ച് സാധിച്ചുതരും."

വലിയ കാര്യം എന്തോ ചെയ്തുതീർത്ത സന്തോഷവും സംതൃ പ്തിയും അപ്പോൾ ആ മുഖത്ത് കാണാമായിരുന്നു.

ചോദ്യങ്ങൾ ഇന്നും അയാളുടെ മനസ്സിൽ ഉത്തരം കിട്ടാത്തവയായി ത്തന്നെ അവശേഷിക്കുന്നു. എങ്കിലും പൂച്ചകൾ വിശുദ്ധരാണെന്നും സ്വർഗ്ഗമെന്ന ഒന്നുണ്ടെങ്കിൽ മാലാഖമാരെ അവിടെ അകമ്പടി സേവി ക്കുന്നത് പൂച്ചകളായിരിക്കുമെന്നും ചിലപ്പോൾ അയാൾക്ക് തോന്നാറുണ്ട്.

ദൈവത്തിന്റെ സെൽഫി

ദൈവത്തിന്റെ കമ്പ്യൂട്ടറിൽ ഒരു സന്ദേശമെത്തി. സ്വർഗ്ഗത്തിൽ ഇപ്പോഴിത് സാധാരണ കാര്യമാണ്. മുമ്പൊക്കെ മനുഷ്യരുടെ ഇത്തരം യന്ത്രങ്ങളേക്കാൾ കോടി ഇരട്ടി വേഗത്തിൽ മാലാഖമാർ കാര്യങ്ങൾ നടത്തിയിരുന്നു. അതിനേക്കാൾ വേഗത്തിൽ ദൈവം എല്ലാം അറിയു കയും നിയന്ത്രിക്കുകയും ചെയ്തിരുന്നു. എന്നാൽ ഇപ്പോൾ ഇവിടെ കട ലുപോലെ നോക്കെത്താ ദൂരത്ത് കമ്പ്യൂട്ടറുകളാണ്. നല്ല അടുക്കിലും ചിട്ടയിലും നിരത്തിയിരിക്കുന്ന വെളുത്ത കമ്പ്യൂട്ടർ ഡെസ്കുകളും അവ യുടെ മുന്നിലെ ചിറകുള്ള, പഞ്ഞിക്കെട്ടുപോലെ വെളുത്ത ആത്മാക്കളും. ഇതാണ് ഇപ്പോഴത്തെ പ്രധാന സ്വർഗ്ഗീയ കാഴ്ച. ഇതു കാണാനും ഇവ രോടൊപ്പം ചേരാനുമാണത്രേ ആത്മാക്കൾ സ്വർഗ്ഗത്തിലേക്കെത്താൻ മുറ വിളി കൂട്ടുന്നത്.

മുഖ്യദൂതനായ മിഖായേൽ ദൈവത്തിന്റെ മുമ്പിലെത്തി തല കുമ്പിട്ടു നിന്ന് ആ വിശേഷം അറിയിച്ചു. ദൈവം അതിശയിച്ചില്ല. എല്ലാം താൻ അറിയുന്നു എന്നു ധ്വനിപ്പിക്കുന്ന വിധത്തിൽ ഒന്നു പുഞ്ചിരിച്ചു.

ആദ്യമായാണ് ഇവിടെ ഇങ്ങനെ ഒന്ന് സംഭവിക്കുന്നത്. സ്വർഗ്ഗത്തി ലെത്തിയ ടെക്കികളുടെ നിരന്തര നിർബ്ബന്ധത്തിനു വഴങ്ങിയാണ് നെറ്റ്‌വർക്ക് സംവിധാനമുള്ള കമ്പ്യൂട്ടറുകൾ ദൈവം സൃഷ്ടിച്ചു നല്കി യത്. ഇ-മെയിൽ സ്വർഗ്ഗത്തെ സംബന്ധിച്ച് അപ്രസക്തമെന്ന് കണ്ടതി നാൽ ഭൂമി, നരകം, ശുദ്ധീകരണ സ്ഥലം എന്നിവയിലൊന്നുമായിപ്പോലും യാതൊരു ബന്ധവും സ്ഥാപിച്ചിട്ടില്ല. പിന്നെങ്ങനെ നരകത്തിൽനിന്ന് സന്ദേശമെത്തി എന്ന കാര്യം മാലാഖമാരുടെ മുഖത്ത് ഒരു ചോദ്യചിഹ്ന മായി. അതു ബോദ്ധ്യപ്പെട്ട ദൈവം അവർക്ക് പരലോകത്തിൽ നരകയാ തനകളുടെ നാട്ടിലെ ഒരു കാഴ്ച കാട്ടിക്കൊടുത്തു.

ആളുന്ന തീക്കുണ്ഡത്തിലും ആർത്തനാദങ്ങൾക്കും അകലെ സ്വസ്ഥമായ ഒരിടത്ത് ഒരു കസേര. അതിൽ ഒലിച്ചിറങ്ങുന്ന കണ്ണീരു മായി ഒരുസ്ത്രീ. അവർക്ക് ചുറ്റും അനുകമ്പ നിറഞ്ഞ മുഖത്തോടെ അഞ്ചാറ് ചെകുത്താന്മാർ (എല്ലാം കറുപ്പുനിറക്കാരും കൊമ്പും വാലു മൊക്കെ ഉള്ളവരുമാണ്). ഇങ്ങനെ അവിടെ പതിവില്ലാത്തതാണല്ലോ എന്നും ഈ ചെകുത്താന്മാർക്ക് എന്തുപറ്റിയെന്നും ഇവർക്കെല്ലാം മനം മാറ്റംവന്നാൽ ഇനി നരകംതന്നെ ഇല്ലാതാകുമെന്നും ആനന്ദത്തോടെ മാലാഖമാർ പരസ്പരം പറഞ്ഞു. സ്വർഗ്ഗവിതാനത്ത് നരക ദൃശ്യങ്ങൾ തെളിഞ്ഞതോടെ കമ്പ്യൂട്ടറിനു മുന്നിലെ കോടിക്കണക്കായ ആത്മാക്ക ളുടെ ശ്രദ്ധയും അങ്ങോട്ടായി. ഇങ്ങനത്തെ കാഴ്ചയും ഇവിടെ ആദ്യ മാണ്.

അപ്പോൾ കസേരയിലെ കരയുന്ന സ്ത്രീ പറഞ്ഞുതുടങ്ങി.

"എല്ലാം എന്റെ തെറ്റുതന്നെ. അതുകൊണ്ടാണ് സംഗതികളെല്ലാം ഇങ്ങനെ വന്നു ഭവിച്ചത്. അല്ലായിരുന്നെങ്കിൽ അദ്ദേഹത്തോടൊപ്പം ഇന്ന് ഞാനും സ്വർഗ്ഗത്തിലായിരുന്നേനെ. അച്ചായന്റെ മൊഖത്ത് നോക്കാനുള്ള വിഷമം എത്രയാണെന്ന് എനിക്ക് മാത്രമേ അറിയൂ. എത്രയേറെ തീയി ലുരുകുകയും മാതാവിന്റെ മാദ്ധ്യസ്ഥം അപേക്ഷിച്ച് പ്രാർത്ഥിക്കുകയും ചെയ്താലും എന്റെ തെറ്റുകൾ പൊറുക്കപ്പെടുമോ എന്നെനിക്കറിയില്ല."

"മെയിൽ വായിച്ചുകൊള്ളൂ." ദൈവം മാലാഖമാരോടു പറഞ്ഞു.

"പ്രിയപ്പെട്ട അച്ചായാ. അവിടെ സുഖമാണെന്ന് വിശ്വസിക്കുന്നു. അച്ചായന്റെയും പരിശുദ്ധ കന്യാമാതാവിന്റെയുമൊക്കെ പ്രാർത്ഥനാഫല മായിട്ടായിരിക്കാം എനിക്ക് ഇവിടെ സുഖമാണ്. നരകത്തിലെങ്കിലും അതിന്റെ ദുരിതങ്ങൾ എന്നെ അലട്ടുന്നില്ല. കാരണം ഞാൻ ചെയ്ത തെറ്റിന് ഇതൊന്നും പോരാ എന്നു ഞാൻ വിശ്വസിക്കുന്നു. മാത്രമല്ല ഇവിടുത്തെ പട്ടാളക്കാരും പ്രധാനിയായ ലൂസിഫറും എന്നോട് വളരെ കരുണയോടെയാണ് പെരുമാറുന്നത്. നരകത്തിൽ ആദ്യമായാണ് ഇങ്ങനെ സംഭവിക്കുന്നത് എന്നാണ് എന്നെ പരിചയപ്പെട്ട, നരകത്തിൽ എന്നെ ശിക്ഷിക്കാൻ നിയോഗിക്കപ്പെട്ട പട്ടാളചെകുത്താൻ പറഞ്ഞത്.

എന്റെ നിലവിളി നരകയാതനകൾ കണ്ടിട്ടോ അവയെ ഓർത്തോ അല്ല എന്നത് അവരെ ഏറെ അതിശയിപ്പിച്ചത്രെ. അതുകൊണ്ടാണ് എന്നോട് സംസാരിക്കാനും കാര്യങ്ങൾ അറിയാനും അവർ തയ്യാറായത്. ഞാൻ എന്റെ തെറ്റുകളിൽ അത്യധികം വേദനിക്കുന്നു. ഞാൻ കാരണം എനിക്ക് അച്ചായനെ നഷ്ടപ്പെടുകയും ഒത്തിരിപ്പേർ മരിക്കുകയും ചെയ്തല്ലോ എന്നോർക്കുമ്പോൾ എന്റെ ഹൃദയം പൊട്ടിപ്പോകുകയാണ്. യാതനകളുടെ ഈ ഇടത്തേക്കാൾ എനിക്ക് താങ്ങാൻ കഴിയാത്തത് അതാണ്. എല്ലാം എന്നോട് ക്ഷമിക്കണം. സത്യത്തിൽ അച്ചായനോട് ക്ഷമ ചോദിക്കാനാണ് ഞാൻ ഈ കത്ത് അയക്കുന്നത്. വിലാപത്തിന്റെ ഈ ലോകത്തുനിന്ന് കരകയറി ഇനിയുള്ള കാലം അച്ചായനോടൊപ്പം കഴിയാൻ ദൈവത്തോട് പ്രാർത്ഥിക്കണേ.

എന്ന് അച്ചായന്റെ അടുത്ത് ആയിരിക്കാൻ ആഗ്രഹിക്കുന്ന അന്നമ്മ."

വായന കഴിഞ്ഞപ്പോഴേക്കും അടുത്ത സന്ദേശം എത്തി. ആ വിവ രവും മിഖായേൽ ദൈവത്തെ അറിയിച്ചു. അതും വായിച്ചുകൊള്ളാൻ ദൈവം അനുവാദം നല്കി.

"പ്രിയപ്പെട്ട ദൈവമേ, അങ്ങ് അന്നമ്മയുടെ കത്തുവായിച്ചുവല്ലോ. ചാക്കോയും അന്നമ്മയും അങ്ങേക്ക് ഏറ്റവും പ്രിയങ്കരമായ ജീവിതം നയിച്ചിരുന്നവരാണെന്ന് അറിയാത്തവർ നരകത്തിൽ ആരുമില്ല. നന്നായി അദ്ധ്വാനിച്ച് എട്ടുമക്കളേയും വളർത്തിവലുതാക്കി നല്ല നിലയിലെത്തിച്ചു. ആരുടേയും ഒന്നും വഞ്ചിച്ചെടുക്കുകയോ കള്ളം പറയുകയോ പോലും ചെയ്തിട്ടില്ല. ഉണ്ടാക്കിയതിൽ ഒരു പങ്ക് എന്നും ഇല്ലാത്തവർക്ക് നല്കി. കുമ്പസാരിച്ച്, കുർബ്ബാന സ്വീകരിച്ച്, അങ്ങയുടെ കല്പനകൾ എല്ലാം അനുസരിച്ച് നടന്നവരാണ് അവർ. ഇക്കാര്യമെല്ലാം അങ്ങേക്ക് അറിവു ള്ളതാണല്ലോ. ചേട്ടത്തിക്ക് ചെറുപ്പം മുതലേയുള്ള വെടിക്കെട്ടുകമ്പവും അങ്ങേക്ക് അറിവുള്ളതാണല്ലോ. അതിന്റെ പേരിൽ ഉണ്ടായ ഒരു അബ ദ്ധമാണ് അവരെ ഇവിടെ എത്തിച്ചത്. പക്ഷേ, അവരെ ഇവിടെ നിർത്താൻ ഞങ്ങൾക്ക് മനസ്സ് അനുവദിക്കുന്നില്ല. അങ്ങ് കനിയണം. കതിനാവെടി കളുടെ അകമ്പടിയോടെ അന്നമ്മയെ അങ്ങയുടെ അടുക്കലേക്ക് അയ ക്കണം എന്നാണ് എന്റെ ആഗ്രഹം. അങ്ങയുടെ അഭിപ്രായം അറിയാ നാണ് ഈ കത്ത്.

എന്ന് നരകത്തിന്റെ അധിപൻ ലൂസിഫർ"

ആ വായനയും സ്വർഗ്ഗവാസികൾക്കെല്ലാം കേൾക്കാൻവിധം സ്വർഗ്ഗ ത്തിൽ മുഴങ്ങി. പെട്ടെന്ന് അവിടെയെങ്ങും വെടിമരുന്നിന്റെ ഗന്ധം നിറഞ്ഞു. പുകച്ചുരുളുകൾ എങ്ങുനിന്നോ എത്തി സ്വർഗ്ഗത്തെ ആകമാനം ആവരണം ചെയ്തു. മാലാഖമാരും സ്വർഗ്ഗവാസികളെല്ലാവരും മൂക്കു പൊത്തി അസ്വസ്ഥത പ്രകടിപ്പിച്ചു. അപ്പോൾ സ്വർഗ്ഗവിതാനത്ത് ദൈവം വീണ്ടും ചില കാഴ്ചകൾ കാണിച്ചു.

പുകപടലംകൊണ്ടും പൊടിക്കാറ്റുകൊണ്ടും മൂടപ്പെട്ട ഭൂമിയുടെ ദൂര ക്കാഴ്ചയാണ് ആദ്യം എത്തിയത്. ഭൂഗോളം പുകഞ്ഞുകൊണ്ടിരിക്കുന്ന ഒരു റബ്ബർപന്തുപോലെയായിരുന്നു. ദൈവം ആ കാഴ്ച കുറേക്കൂടി അടു പ്പിച്ചു. അടുക്കുംതോറും വെടിക്കെട്ടിന്റേതുപോലലുള്ള ശബ്ദം സ്വർഗ്ഗത്തിൽ നിറഞ്ഞു. ഒപ്പം കരിമരുന്നിന്റെ ഗന്ധം കൂടുതൽ രൂക്ഷമായിക്കൊണ്ടുമി രുന്നു.

ആകാശംമുട്ടെ വളർന്നുനിന്നിരുന്ന ഒരു പള്ളിയുടെ മുകളിൽ പുഞ്ചി രിതൂകി നില്ക്കുന്ന യേശുവിന്റെ രൂപം തെളിഞ്ഞു. പിന്നെ ബാന്റു മേള ത്തിനൊപ്പം ആഘോഷമായി നടക്കുന്ന പെരുന്നാൾ പ്രദക്ഷിണവും കാണപ്പെട്ടു. അവിടെ പൊട്ടിവിരിഞ്ഞും പ്രകമ്പനം കൊള്ളിച്ചും പടക്ക ങ്ങൾ പൊട്ടിക്കൊണ്ടിരുന്നു. അതിന്റെ പുക ഒന്നാകെ മുകളിലേക്കുയർന്നു. അമ്പലക്കമ്മിറ്റിക്കാർ മുമ്പിൽ നടന്നുപോകുന്ന, ഘോഷയാത്രകൾ നിര വധിയെണ്ണവും വിവിധ പള്ളികളുടെ കാഴ്ചകൾക്കൊപ്പം സ്വർഗ്ഗവിതാ

നത്ത് മാറിമറഞ്ഞു. അങ്ങനെ ആദ്യമായി സ്വർഗ്ഗം നിരവധി വർണ്ണവി സ്മയങ്ങളാൽ നിറഞ്ഞു കിടുങ്ങി.

സ്വർഗ്ഗം പുകനിറഞ്ഞ് ആർക്കും പരസ്പരം കാണാൻ സാധിക്കാ തെയായി. പെട്ടെന്ന് ഭൂമിക്കാഴ്ച മറഞ്ഞു. ഒച്ചയും പുകയും മാഞ്ഞു. സ്വർഗ്ഗത്തിൽ എല്ലാം പഴയതുപോലെയായി. ദീർഘശ്വാസമെടുക്കുന്ന എല്ലാവരേയും നോക്കി ദൈവം പുഞ്ചിരിതുകി.

"ദൈവമേ, എന്തിനാണിങ്ങനെ ആഘോഷങ്ങൾ? അങ്ങയെ പ്രീതി പ്പെടുത്താനും അനുഗ്രഹം നേടാനും മനുഷ്യർ ചെയ്തുകൂട്ടുന്ന വിക്രി യകൾ എന്താണ് അങ്ങ് കണ്ടില്ലെന്നു നടിക്കുന്നത്?" പ്രധാന മാലാഖ യായ മിഖായേൽ ദൈവത്തോടു ചോദിച്ചു.

"മനുഷ്യർക്ക് സന്തോഷമായി ജീവിക്കാൻ എല്ലാ സൗകര്യങ്ങളും ഏർപ്പെടുത്തിയാണ് ഞാൻ ഭൂമി സൃഷ്ടിച്ച് അവരെ അതിൽ ആക്കിയത്. ഒപ്പം ഞാൻ അവർക്ക് സാമാന്യബുദ്ധിയും നല്കിയിരുന്നു. അത് ഉപ യോഗിച്ച് സന്തോഷമായിരിക്കാൻ അവർക്ക് കഴിയുന്നില്ലെങ്കിൽ പിന്നെ എനിക്കുപോലും ഒന്നുംചെയ്യാൻ കഴിയില്ല." അല്പംപോലും ആലോ ചിക്കാതെ ദൈവം പറഞ്ഞു.

"എങ്കിലും ദൈവമേ, അങ്ങ് ഇക്കാര്യത്തിൽ എന്തെങ്കിലും ഒന്ന് ചെയ്തില്ലെങ്കിൽ അങ്ങ് സൃഷ്ടിച്ചവയിൽ ഏറ്റവും അതിശയകരവും മനോ ഹരവുമായ മനുഷ്യവംശം തന്നെ ഇല്ലാതാകില്ലേ? അങ്ങ് അവർക്കായി സൃഷ്ടിച്ച ഭൂമി എന്ന പറുദീസ കത്തിച്ചാമ്പലാവില്ലേ?" മിഖായേൽ ദൈവ ത്തോടു വീണ്ടും ചോദിച്ചു.

"ഞാൻ ജീവന്റെയും മരണത്തിന്റെയും നാഥനാണെങ്കിലും ജീവിതം എങ്ങനെയാവണമെന്നും മരണം എത്രവേഗത്തിലാക്കണമെന്നും തീരുമാനിക്കേണ്ടത് അവരാണ്." ദൈവം പറഞ്ഞു.

സ്വർഗ്ഗത്തിൽ മുഴുവൻ ദൈവത്തിന്റെ ശബ്ദം പ്രതിദ്ധ്വനിക്കവെ. കാഴ്ചകൾ വീണ്ടും സ്വർഗ്ഗത്തിൽ തെളിഞ്ഞു.

ആനയും അമ്പാരിയുമൊക്കെയായി കണ്ണുനിറച്ചും അത്ഭുതങ്ങൾ വിരിയിക്കുന്ന ആഘോഷക്കാഴ്ചകളായിരുന്നു അത്. കിലോമീറ്ററുക ളോളം വെള്ളിവെളിച്ചം നിറഞ്ഞ കടകൾ. അവയിൽ നിറയെ ആളുകൾ. വില ചോദിച്ചും വാങ്ങിയും അടുത്തയിടത്ത് കയറിയും ഇറങ്ങിയും വലിയ ജനസാഗരം. കുട്ടികളുടെ കൈയിൽ ഉയർന്നു പറന്നു നില്ക്കുന്ന ബലൂ ണുകൾ. വറുത്തതും പൊരിച്ചതും വാങ്ങിക്കഴിച്ച് കുടുംബസമേതവും അല്ലാതെയും ഇരുന്ന് വെടിപറഞ്ഞ് രസിക്കുന്നവർ. പെണ്ണുങ്ങളെ കണ്ടും കമന്റടിച്ചും രസിക്കുന്നവരും അതിൽ മയങ്ങി കുണുങ്ങിച്ചിരിച്ച് പോകു ന്നവരും കണ്ടില്ലെന്ന് നടിക്കുന്നരും അങ്ങനെ ആഘോഷത്തിന്റെ എല്ലാ പൊടിപ്പും തൊങ്ങലുകളും സ്വർഗ്ഗത്തിൽ നിറഞ്ഞു. അവിടമാകെ ഒരു ഉത്സവ പ്രതീതി നിറഞ്ഞു.

അപ്പോൾ പ്രധാന കവാടത്തിൽ കെട്ടിയുണ്ടാക്കിയിരുന്ന ആഘോ ഷക്കമ്മിറ്റി ഓഫീസിൽനിന്ന് ഉച്ചത്തിൽ ഒരു അനൗൺസ്മെന്റ് മുഴങ്ങി.

"വെടിക്കെട്ടുകളുടെ ആവേശമായ നമ്മുടെ പ്രിയപ്പെട്ട അന്നാമ്മച്ചേട്ടത്തി നയിക്കുന്ന ഇന്നത്തെ കരിമരുന്ന് കലാപ്രകടനം അല്പസമയത്തിനു ള്ളിൽ   ആരംഭിക്കുന്നതാണ്."

പടക്കങ്ങൾ പൊട്ടിത്തുടങ്ങി. ആവേശം അണപൊട്ടി. ജനക്കൂട്ടം ആർത്തുവിളിച്ചു. പെട്ടെന്ന് ഭൂമി കുലുക്കുന്ന ശബ്ദത്തോടെ ഒരായിരം ഗുണ്ടുകൾ പൊട്ടിത്തെറിച്ചു. ആ ശബ്ദത്തിൽ സ്വർഗ്ഗവും കിടുങ്ങി. അതോടെ ആ കാഴ്ച അവസാനിച്ചു.

ലൂസിഫറിന്റെ അടുത്ത കത്ത് എത്തിയിട്ടുണ്ടെന്ന് കമ്പ്യൂട്ടർ സ്ക്രീനിൽ നോക്കിയിരിക്കുകയായിരുന്ന ഒരുകുഞ്ഞു മാലാഖ മിഖായേ ലിനെ അറിയിച്ചു. മിഖായേൽ ദൈവത്തേയും. വായിച്ചുകൊള്ളുവാൻ ദൈവത്തിന്റെ അനുവാദവും കിട്ടി.

"എല്ലാം അറിയുന്ന ദൈവമേ, നരകത്തിൽ ശിക്ഷിക്കാൻ പാകത്തിന് മാരകമായ പാപങ്ങൾ ഒന്നും അന്നാമ്മയിൽ എനിക്ക് കാണാൻ കഴി യുന്നില്ല. അതിനാൽ എത്രയും വേഗം ഇവരുടെ കാര്യത്തിൽ ഒരു തീരു മാനം എടുക്കണമെന്ന് അങ്ങയോട് അപേക്ഷിക്കുന്നു. ഭർത്താവടക്കം നിരവധി പേരുടെ മരണത്തിന് ഇവർ കാരണമായി എന്നാണ് ഞങ്ങൾ ഇവരിൽ കാണുന്ന കുറ്റം. ഇക്കാര്യത്തിൽ നരകത്തിലെ പീഡകൾ അനു ഭവിച്ചെന്നതിനേക്കാൾ വേദനയോടെ പശ്ചാത്തപിക്കുന്നു എന്നതിനാൽ അവരെ അങ്ങോട്ട് സ്വീകരിക്കുക എന്നാണ് എനിക്ക് അങ്ങയോട് അപേ ക്ഷിക്കാനുള്ളത്."

അന്ന് മരിച്ചത് 120 പേരോളമാണ്. കതിന ചെരിഞ്ഞ് പൊട്ടി. മിച്ചമി രുന്നതെല്ലാം പൊട്ടി. ഭൂമി കുലുങ്ങി. വെടിക്കെട്ടപകടത്തിൽ 120 പേര് മരിച്ചു എന്ന വാർത്തയ്ക്കൊപ്പം ബോക്സായി 'കതിനക്കാരി അന്നാ മ്മയും ഭർത്താവും മരിച്ചു' എന്ന തലക്കെട്ടും മിക്കവാറും പത്രങ്ങളിലും ഒന്നാം പേജിൽ തന്നെ ഇടംപിടിച്ചിരുന്നു. വാർത്തയ്ക്കുള്ളിൽ ചേട്ടത്തി യുടെ കതിനാവെടി ഭ്രാന്തും സാധാരണക്കാരിയായ ഒരു സ്ത്രീ കതിന ക്കാരിയായ കഥയും ഭർത്താവും കതിനാക്കാരിയും കരിമരുന്നും തമ്മി ലുള്ള ഇഴയടുപ്പത്തെക്കുറിച്ചും മറ്റും വിശദമായി വിവരിച്ചിരുന്നു. വാർത്ത യ്ക്കൊപ്പം രണ്ടുപേരും കതിനപ്പുരയിൽ ഇരിക്കുന്ന ചിത്രവും നാലഞ്ചു പത്രങ്ങൾ നല്കിയിരുന്നു.

അച്ചായൻ വെടിക്കെട്ടു തീരുന്നതുവരെ അടുത്തുണ്ടാകണം. എല്ലാം കഴിയുമ്പോൾ അഭിപ്രായം പറയണം. അന്നാമ്മയ്ക്ക് അത് നിർബ്ബന്ധ മാണ്. അഭിപ്രായം കേട്ടെങ്കിൽ മാത്രമേ ബാക്കി പണത്തിനായി കമ്മിറ്റി ക്കാരെ തേടുകയുള്ളൂ.

ഇരുപതു വർഷത്തെ കരിമരുന്ന് സാധനയ്ക്കിടെ ആകെ രണ്ടോ മൂന്നോ അവസരങ്ങളിൽ മാത്രമാണ് ഇതിന് ഒരു മാറ്റംവന്നിട്ടുള്ളത്. അത്തരം അവസരങ്ങളിൽ ചില കാര്യമായ കാരണങ്ങളും ഉണ്ടായിരു ന്നു. രണ്ടു കരിമരുന്നുകൾക്ക് അകമ്പടി പോകാൻ കഴിയാതിരുന്നത് ചാക്കോച്ചന് പനി മൂർച്ഛിച്ചതു കാരണമായിരുന്നു. ചാക്കോച്ചന്റെ അപ്പൻ

കോര മരിച്ച അന്നും പോകാൻ പറ്റിയില്ല. സാധാരണ ചാക്കോച്ചൻ ഇല്ലാത്ത ഇത്തരം അവസരങ്ങളിൽ കഴിവതും നഷ്ടം സഹിച്ചായാലും കലാപ്രകടനം ഒഴിവാക്കാൻ ചേട്ടത്തി പരമാവധി ശ്രമിക്കും. മുൻകൂട്ടി നോട്ടീസെല്ലാം അടിച്ചു വിതരണം ചെയ്തതിനാൽ ജനം ഏറെ കൂടും. അതുകൊണ്ട് മിക്കവാറും ഒഴിവാക്കാൻ കഴിയാറില്ല. എന്നാൽ ഒഴിവാ ക്കിക്കിട്ടിയ രണ്ട് അവസരങ്ങൾ ഉണ്ടുതാനും. ഇങ്ങനെ രണ്ടേ രണ്ടു പ്രാവശ്യം സംഭവിച്ചതുതന്നെ മറ്റ് രണ്ട് മൂന്ന് പ്രസിദ്ധരായ കരിമരുന്നു കാർ ഉണ്ടായിരുന്നതിനാലാണ്.

അച്ചായനില്ലെങ്കിൽ ചേട്ടത്തിക്ക് ഒരു മൂഡ്ഡും ഇല്ല. ഭർത്താവില്ലാതെ പോയ മൂന്ന് അവസരങ്ങളിലും സംഗതി ഒട്ടും നന്നായില്ല എന്ന് ചേട്ടത്തി വിശ്വസിച്ചു. അതുകൊണ്ടുതന്നെ ബാക്കിതുക വാങ്ങാൻ നിന്നുമില്ല. ഇതൊരു തരമായിക്കണ്ട് രണ്ടുകൂട്ടർ മിച്ചം പണം നല്കിയില്ല. ചേട്ടത്തി ചോദിച്ചു പോയുമില്ല. ഒരു കമ്മിറ്റി ഭാരവാഹികൾ വീട്ടിൽ കൊണ്ടുവന്നു തരികയും ചെയ്തു.

ദുരന്തത്തിന്റെ അന്നും ചാക്കോച്ചന്റെ അഭാവം ഉണ്ടായേക്കാവുന്ന ഒന്നായിരുന്നു. പിറ്റേന്ന് അപ്പന്റെ ആണ്ടിന്റെ പുലർച്ചെ കുർബ്ബാനയ്ക്ക് പോകണമെന്നും അതിനാൽ പറ്റില്ലെന്നുമുള്ള ചാക്കോച്ചന്റെ വാശിയെ അന്നമ്മ വാദിച്ചുതോല്പിച്ചു. സ്വർഗ്ഗത്തിലിരിക്കുന്ന അപ്പന്റെ സന്തോഷ ത്തിന് ഒച്ചയും തിളക്കവുമുള്ള വെടിക്കെട്ടുവേണമെന്ന് അന്നമ്മ പറഞ്ഞു സ്ഥാപിച്ചു. അങ്ങനെയാണ് അന്ന് മനസ്സില്ലാമനസ്സോടെ ചാക്കോച്ചൻ പോകുന്നത്.

കതിനക്കുറ്റികൾ വളരെ നന്നായി ഉറപ്പിക്കണമെന്ന് ചാക്കോച്ചന് നിർബ്ബന്ധമാണ്. എന്നാൽ അന്ന് അതിനു കഴിഞ്ഞില്ല. അന്നമ്മ സമ്മതി ച്ചില്ലെന്നോ തിരക്കാക്കിയെന്നോ ഒക്കെ പറയാം. എത്തിച്ചേരാൻ വൈകി യാൽ എല്ലാവരും കാണിക്കാറുള്ള ധൃതി അന്നാമ്മയും കാണിക്കാതിരു ന്നില്ല. പക്ഷേ, സംഗതി ഏറ്റെടുത്തിരിക്കുന്നത് അന്നാമ്മ ആയതിനാൽ സംഘാടകർക്ക് യാതൊരു ടെൻഷനുമില്ലായിരുന്നു. ഏറ്റവും സുരക്ഷി തമായി കൂടുതൽ അടുത്തുനിന്ന് കാണാവുന്ന അത്ഭുതങ്ങൾ വാരിവിത റുന്ന വെടിക്കെട്ട് എന്ന ഖ്യാതി നേടിയതിനാൽ എത്ര അടുത്തുനില്ക്കാൻ കഴിയുമെന്ന് കാണികൾ പരസ്പരം മത്സരിച്ചുകൊണ്ടിരിക്കും. അന്നും അതുതന്നെ സംഭവിച്ചു. ജനം ഇടിച്ചുകയറി. തിരക്ക് നിയന്ത്രണാതീത മായി. എന്നിട്ടും അന്നാമ്മച്ചേടത്തിയുടെ വെടിക്കെട്ട് എന്ന പരിഗണന അന്നും ലഭിച്ചു. ഭാരവാഹികൾ അടക്കമുള്ള സംഘാടകർക്ക് അത് ഒരി ക്കലും ഒരു പ്രശ്നമായി തോന്നിയതുമില്ല.

താൻ വെടിക്കെട്ടിലെ പെൺശബ്ദമാകാനും പ്രശസ്തയാകാനു മൊക്കെ കാരണക്കാരൻ അപ്പനാണ് എന്ന് ചേട്ടത്തി പല അഭിമുഖങ്ങ ളിലും പറഞ്ഞിട്ടുണ്ട്. അപ്പൻ വലിയ കമ്പപ്രിയനായിരുന്നു. എവിടെ ചെറിയ വെടിക്കെട്ടു നടക്കുന്നുണ്ടെന്നറിഞ്ഞാലും ഏക മകളേയും കൂടെ കൂട്ടും. മൂന്നാംവയസ്സുമുതൽ തുടങ്ങിയ ഈ ഏർപ്പാട് നാലഞ്ചു പിന്നിട്ട

പ്പോഴേക്കും അപ്പനെക്കാൾ കമ്പം മകൾക്കായി. അപ്പൻ പലപ്പോഴും മകളെ ഒഴിവാക്കി പോകാൻ ശ്രമിച്ചപ്പോഴെല്ലാം പിടിവീണു. പത്രങ്ങൾ എല്ലാം അരിച്ചുപെറുക്കി പൊട്ടലുകളുടെ നീണ്ട ലിസ്റ്റുതന്നെ മകൾ തയ്യാ റാക്കിയിരിക്കും. അങ്ങനെ അപ്പൻ അവളെ ഒളിച്ചുള്ള പോക്ക് നിർത്തി. ഇങ്ങനെയുള്ള യാത്രകളിലാണ് പടക്കങ്ങളെക്കുറിച്ചും വെടിക്കെട്ടുകളെ ക്കുറിച്ചും വളരെ വിശദമായ പഠനവും ചർച്ചകളും നടന്നത്.

ജാതിഭേദങ്ങളോ ദുഷ്ട ശിഷ്ടരോ എന്നൊന്നുമില്ലാതെ എല്ലാ മനു ഷ്യർക്കും അന്നാമ്മച്ചേടത്തിയുടെ വെടിക്കെട്ടിഷ്ടമാണ്. അതൊരു ലഹ രിയാണ്. ആഘോഷങ്ങളിലെ ഒഴിച്ചുകൂടാനാകാത്ത അനുഗ്രഹദായക മായ ഒരു പൂജാകർമ്മമാണ് അതെന്നാണ് എല്ലാവരും കരുതുന്നത്. അതാ ണത്രേ അന്നാമ്മയുടെ വെടിക്കെട്ടിന് ഏതാനും വർഷങ്ങളായി കമ്മിറ്റി ക്കാർ ക്യൂനിന്ന് ബുക്ക് ചെയ്യുകയും ഇടിച്ചുനിന്ന് കാണുകയും ചെയ്തു വന്നത്. മാത്രമല്ല വെടിയൊച്ചയും പുകയും നന്നേ കുറവ്. ഓരോ പ്രയോ ഗവും ഓരോ വിസ്മയമാണ്. പ്രകൃതി സൗഹൃദ വെടിക്കെട്ടിന് നിരവധി പുരസ്കാരങ്ങളും അന്നാമ്മച്ചേടത്തിക്ക് ലഭിച്ചിട്ടുണ്ട്.

ആദ്യം ഒരു കതിന. അതിൽ ദൈവങ്ങളുടെ ചിത്രങ്ങൾ വിരിയും. പിന്നെ ഏതൊക്കെ ചിത്രം തെളിയണമെന്ന് കമ്മിറ്റിക്കാർക്ക് ആഗ്രഹ മുണ്ടോ അതെല്ലാം ആകാശത്ത് അനുഗ്രഹം തൂകി തിളങ്ങിത്തെളിഞ്ഞ് നിറഞ്ഞ് മറയും. ഈ അത്ഭുത ദൈവക്കൂട്ടാണ് അന്നാമ്മച്ചേച്ചിയുടെ മാസ്റ്റർപീസ്. അതിനുള്ള സാങ്കേതിക വിദ്യ അവർക്കുമാത്രമേ അറിയൂ. കതിന കഴിഞ്ഞാൽ ചെറുപടക്കങ്ങളുടെയും വർണ്ണവിസ്മയങ്ങളുടെയും കേൾവിയും കാഴ്ചയും മനോഹരമായ ഒരു നൃത്തംപോലെ ആകാശത്ത് നിറയും.

മനശ്ശാന്തി ഇല്ലാത്തവർക്ക് ശാന്തിമന്ത്രമാണ് അന്നാമ്മയുടെ വെടി ക്കെട്ടെന്നാണ് ഒരിക്കൽ ഒരു പത്രക്കാരൻ ഉത്സവ സപ്ലിമെന്റുപേജിൽ എഴുതിയത്. മാനസാന്തരത്തിന്റെ സമയമാണത്രേ ഇത്. പൊങ്കാല സ്വീക രിച്ച് അനുഗ്രഹം ചൊരിയുന്ന ദേവിയെപ്പോലെ അന്നാമ്മച്ചേടത്തിയുടെ വെടിക്കെട്ടിൽ പങ്കെടുത്താൽ ഉദ്ദിഷ്ട കാര്യങ്ങൾ നടക്കുമെന്ന ഖ്യാതിയും പരന്നു. സംഗതി കേട്ടറിഞ്ഞ് ഓരോ വർഷവും ആളുകൾ ഇരട്ടി എന്ന പോലെ കൂടുകയും വിദേശികൾ അടക്കമുള്ളവർ നിറയുകയും ചെയ്തുവ ന്നു. അങ്ങനെ നാട്ടുകാരായ നാട്ടുകാരെല്ലാം അന്നാമ്മച്ചേട്ടത്തി ഒരു സംഭ വമാണെന്ന് പറയാനും തുടങ്ങി.

ചേട്ടത്തിയുടെ കണക്കുപ്രകാരം ഇതേവരെ തന്റെ നേതൃത്വത്തിൽ ആയിരത്തോളം വെടിക്കെട്ടുകൾ നടത്തി. ഒരു ഓലപ്പടക്കം പോലും ചേട്ടത്തിയെ ഇതേവരെ ചതിച്ചിട്ടില്ല. ആർക്കും ഒരു ചെറു പൊള്ളലോ പരിക്കോ ഉണ്ടായിട്ടില്ലെന്നതാണ് പടക്കക്കാരെ എല്ലാം ആകർഷിക്കു കയും അസൂയാലുക്കളാക്കുകയും ചെയ്യുന്നത്. ദൈവം കൂടെയുള്ളപ്പോൾ എന്തിന് ഭയപ്പെടണം എന്ന് എല്ലാവരും അന്നാമ്മയുടെ ഇത്തരം പ്രത്യേകതകൾ സംസാരിച്ച് അടക്കം പറഞ്ഞിരുന്നു.

നരകത്തിൽനിന്നുള്ള സന്ദേശത്തിന്റെ മാറ്റൊലി തീർന്നതും സ്വർഗ്ഗ വാതിൽ മലർക്കെ തുറക്കപ്പെട്ടു. നരകത്തിലെ വലിയ വെടിക്കെട്ടിന്റെ വർണ്ണ വിസ്മയം സ്വർഗ്ഗവിതാനത്ത് തെളിഞ്ഞു. ഇങ്ങനെ ഒരിക്കലും സംഭവിച്ചിട്ടില്ലല്ലോ എന്ന് ആത്മാക്കളും മാലാഖമാരും അത്ഭുതപ്പെട്ടു. എണ്ണിത്തിട്ടപ്പെടുത്താൻ കഴിയാത്തത്ര നരക കാവല്ക്കാരോടൊപ്പം അന്നാമ്മ എത്തി. പതിവില്ലാതെ കറുത്ത രൂപികൾ എല്ലാം സന്തോഷ വാന്മാരായി കാണപ്പെട്ടതും മാലാഖമാരേയും സ്വർഗ്ഗത്തിലെ മറ്റ് അന്തേ വാസികളെയും അത്ഭുതപ്പെടുത്തി. സ്വർഗ്ഗകവാടത്തിൽ ദൈവം നേരി ട്ടെത്തി അന്നാമ്മയെ സ്വീകരിച്ചു. അവരെ ദൈവം ചേർത്തുപിടിച്ചു. സ്വർഗ്ഗ ത്തിലേയും നരകത്തിലേയും എല്ലാ കീഴ്‌വഴക്കങ്ങളും പ്രോട്ടോക്കോളു കളും മാറ്റിമറിക്കപ്പെട്ടു.

"ചാക്കോ."

ദൈവം ഉറക്കെ വിളിച്ചു.

അടുത്തെവിടെനിന്നോ അയാൾ ഓടിയെത്തി.

രണ്ടുപേരേയും ചേർത്തണച്ച് ദൈവം സെൽഫിയെടുത്തു. അതും അവിടെ ആദ്യത്തെ സംഭവമായിരുന്നു.

www.ingramcontent.com/pod-product-compliance
Lightning Source LLC
Chambersburg PA
CBHW031221160726
47992CB00006B/2852